इलेक्ट्रिशियन प्रथम वर्ष मराठी MCQ

मनोज डोळे

Made with ♥ on the Notion Press Platform
www.notionpress.com

डिजिटायझेशन ही काळाची गरज आहे. भविष्यात, प्रशिक्षण अधिक सोयीस्कर आणि सोपे करण्यासाठी औद्योगिक प्रशिक्षण संस्थांमध्ये ऑनलाइन इंटरनेट वापरून प्रशिक्षण घेणे आवश्यक आहे. MCQ प्रश्नांचा संच असलेली ई-पुस्तके प्रशिक्षणार्थींना उपलब्ध करून दिली जातील कारण त्यांना त्यांच्या औद्योगिक प्रशिक्षण संस्थांमध्ये होणाऱ्या ऑनलाइन परीक्षांच्या तयारीसाठी MCQ प्रश्नांची अधिक सवय होणे आवश्यक आहे.

या सर्व बाबी लक्षात घेऊन श्री.मनोज मधुकर डोळे प्रशिक्षक, औद्योगिक प्रशिक्षण संस्था, सातारा यांनी नवीन वार्षिक प्रणाली आणि NSQF-5 अभ्यासक्रमानुसार पुस्तके लिहिली आहेत. आणि त्यांनी प्रशिक्षण सुलभ करण्यासाठी सैद्धांतिक मोबाइल ॲप्स आणि ब्लॉग तयार केले आहेत आणि हे सर्व शैक्षणिक साहित्य जगप्रसिद्ध Google Play Store, Amazon आणि Apple Book Store वर डाउनलोड करण्यासाठी उपलब्ध केले आहे.

पुस्तकांचे प्रकाशन माननीय सहसंचालक श्री राजेंद्र घुमे साहेब प्रादेशिक व्यावसायिक शिक्षण व प्रशिक्षण कार्यालय, पुणे यांच्या हस्ते दिनांक 9/1/2019 रोजी करण्यात आले, यावेळी श्री प्रकाश सायगावकर साहेब प्राचार्य शासकीय औद्योगिक प्रशिक्षण संस्था औंध पुणे, श्री तुकाराम मिसाळ साहेब प्राचार्य डॉ. सरकार प्र.संस्था सातारा, श्री सचिन धुमाळ साहेब जिल्हा व्यवसाय शिक्षण व प्रशिक्षण अधिकारी सातारा, श्री यतीन पारगावकर साहेब मुख्याध्यापक गो. प्र.संस्था कोल्हापूर, श्री विकास टेके साहेब निरीक्षक व्यावसायिक शिक्षण व प्रशिक्षण क्षेत्रीय कार्यालय पुणे, पालेकर फूड्स प्रॉडक्ट्स प्रा. लि.चे सातारा येथील उद्योजक अध्यक्ष श्री.नीळकंठराव पालेकर साहेब, हिरा फूड्स चे चेअरमन श्री.इब्राहिम बाबा तांबोळी साहेब, सौ.शाल्मली पवार मुख्याध्यापिका शासकीय तंत्रनिकेतन केंद्र सातारा व इतर मान्यवर यावेळी उपस्थित होते.

अनुक्रमणिका

प्रस्तावना

इलेक्ट्रिशियन प्रथम वर्षमराठीMCQ हे ITI अभियांत्रिकी अभ्यासक्रम इलेक्ट्रीशियन प्रथम वर्ष, मध्ये NSQF अभ्यासक्रमासाठी एक साधे पुस्तक आहे , त्यात अधोरेखित आणि ठळक अचूक उत्तरांसह वस्तुनिष्ठ प्रश्नांचा समावेश आहे MCQ सुरक्षा आणि पर्यावरण, अग्निशामक यंत्रांचा वापर, कृत्रिम वापर यासह सर्व विषयांचा समावेश आहे. श्वासोच्छवासाचे पुनरुत्थान सुरू करणे. त्याला व्यापार साधने आणि त्याचे मानकीकरण याची कल्पना येते, विविध प्रकारचे कंडक्टर, केबल्स आणि त्यांचे स्किनिंग आणि सांधे बनवण्याची ओळख होते. चुंबकत्वाच्या नियमांसोबत किर्चहॉफचे नियम, ओमचे नियम, प्रतिकारांचे कायदे आणि इलेक्ट्रिकल सर्किटच्या विविध संयोगांमध्ये त्यांचा वापर यांसारखे मूलभूत विद्युत नियम पाळले जातात. प्रशिक्षणार्थी 3 वायर/4 वायर संतुलित आणि असंतुलित भारांसाठी सिंगल फेज आणि पॉली-फेज सर्किटसाठी सर्किटवर सराव करतात. ऑपरेशन आणि देखरेखीसाठी पेशींचे विविध प्रकार आणि संयोजन यावर कौशल्य सराव केला जात आहे. ICDP स्विच, डिस्ट्रिब्युशन फ्यूज बॉक्स आणि माउंटिंग एनर्जी मीटर यांसारख्या विविध उपकरणांच्या स्थापनेसह वायरिंगचा सराव IE नियमांनुसार वसतिगृह/ निवासी इमारत, कार्यशाळा आणि प्रशिक्षणार्थीद्वारे केला जातो. प्रशिक्षणार्थी पाईप आणि प्लेट अर्थिंगचा सराव करतील. एचपी/एलपी पारा वाष्प आणि सोडियम वाष्प प्रमुख आहेत याप्रमाणे विविध प्रकारचे लाइट फिटिंग केले पाहिजे. प्रशिक्षणार्थी सिंगल आणि थ्री फेज सर्किटमध्ये इलेक्ट्रिकल पॅरामीटर्स मोजण्यासाठी मल्टीमीटर, वॅटमीटर, एनर्जी मीटर, फेज सीक्वेन्स मीटर, फ्रिक्वेन्सी मीटर यासारख्या विविध प्रकारच्या मोजमाप यंत्रांवर सराव करेल. तो श्रेणी विस्तार, कॅलिब्रेशन आणि मीटरची चाचणी यावर कौशल्य प्राप्त करेल. हीटिंग एलिमेंट उपकरणे, इंडक्शन हीटिंगचे विघटन, एकत्रीकरण आणि चाचणीसाठी सराव

उपकरणे, ग्राइंडिंग मशीन आणि वॉशिंग मशीन प्रशिक्षणार्थीद्वारे केले जातील. ट्रान्सफॉर्मरचे ऑपरेशन, कार्यक्षमता, मालिका समांतर ऑपरेशन, ट्रान्सफॉर्मर ऑइल बदलणे आणि 3 फेज ऑपरेशनसाठी सिंगल-फेज ट्रान्सफॉर्मरचे संयोजन यासाठी कौशल्य प्राप्त केले जाईल . प्रशिक्षणार्थी लहान ट्रान्सफॉर्मरच्या वळणाचा सराव करेल, आणि बरेच काही.

आम्ही प्रत्येक नवीन आवृत्तीसह नवीन प्रश्नांची उत्तरे जोडतो. कृपया काही त्रुटी/ वगळल्यास आम्हाला ईमेल करा. सर्व अभियांत्रिकी बहुपर्यायी प्रश्न आणि उत्तरांसाठी हे निर्विवादपणे सर्वात मोठे आणि सर्वोत्तम पुस्तक आहे.

विद्यार्थी म्हणून तुम्ही ते तुमच्या परीक्षेच्या तयारीसाठी वापरू शकता. हे ई-पुस्तक प्राध्यापकांना साहित्य रीफ्रेश करण्यासाठी देखील उपयुक्त आहे.

ऋणनिर्देश, पावती

21 व्या शतकातील औद्योगिक क्षेत्रातील वेगाने वाढणाऱ्या मागणीच्या अनुषंगाने बहु-कुशल कारागीरांचा पुरवठा करण्यासाठी व्यवसाय शिक्षण आणि व्यवसाय प्रॅक्टिकल विभागामार्फत व्यावसायिक शिक्षण आणि प्रशिक्षण विभागामार्फत व्यावसायिक शिक्षण आणि प्रशिक्षण दिले जाते. संस्थांमधील सर्व व्यवसाय महत्त्वाचे आहेत, कारण या व्यवसायांतील प्रशिक्षणार्थी उद्योगाच्या मागणीनुसार बहु-कौशल्ये विकसित करतात.

औद्योगिक क्षेत्रातील सर्व उद्योगांमधील सर्व परीक्षा ऑनलाइन घेतल्या जातात आणि त्यामध्ये MCQ पद्धतीच्या प्रश्नांचा समावेश होतो हे लक्षात घेऊन सर्व व्यवसायांसाठी योग्य MCQ ई-पुस्तके उपलब्ध करून देण्याच्या उदात्त हेतूने. श्री.मनोज मधुकर डोळे यांनी नवीन वार्षिक अभ्यासक्रमानुसार MCQ पद्धतीवर खूप चांगले ई-बुक लिहिले आहे. हे ई-बुक सर्व प्रशिक्षणार्थी, प्रशिक्षणार्थी उमेदवार, प्रशिक्षण प्रशिक्षक आणि संबंधित इतरांसाठी निश्चितच मार्गदर्शक ठरेल.

पुस्तकाचे लेखक श्री.मनोज मधुकर डोळे आहेत, इन्स्ट्रक्टर गव्हर्नमेंट ITI सातारा यांना 17 वर्षांचा प्रशिक्षणाचा अनुभव आहे. नवीन वार्षिक पॅटर्न म्हणून लिहिलेल्या, या ई-बुकमध्ये प्रत्येक विषयासाठी मांडणी, सोपी भाषा आणि सोपी वाक्यरचना, आकृती आणि व्हिडिओ समजून घेण्यासाठी आधुनिक डिजिटल QR कोड तंत्रज्ञान समाविष्ट केले आहे. त्यामुळे सखोल अभ्यास आणि परीक्षेच्या सरावासाठी हे ई-बुक नक्कीच उपयोगी पडेल याची मला खात्री आहे. त्यांनी केलेले काम नक्कीच कौतुकास्पद आहे.

श्री तुकाराम मिसाळ
प्राचार्य शासकीय औद्योगिक प्रशिक्षण संस्था सातारा.

नांदी, प्रस्तावना

DGET नवी दिल्ली आणि CSTARI कोलकाता ऑगस्ट 2018 च्या सत्रापासून ITI मधील सर्व व्यवसायांसाठी वार्षिक पॅटर्न लागू करत आहेत. परीक्षा पद्धतीतही बदल करण्यात येणार असून या वर्षीपासून ती ऑनलाइन होणार असून सर्व प्रश्न वस्तुनिष्ठ स्वरूपाचे (MCQ) असल्याने प्रशिक्षणार्थींना सखोल अभ्यासाची नितांत गरज आहे. हे लक्षात घेऊन जुन्या NIMI पॅटर्नवर आधारित पुस्तके आणि नवीन वार्षिक पॅटर्नचे संपूर्ण विहंगावलोकन सादर करताना आम्हाला आनंद होत आहे आणि आम्हाला आशा आहे की ही पुस्तके सर्व व्यवसाय संचालक आणि प्रशिक्षणार्थींसाठी मार्गदर्शक ठरतील. आहे.

ही पुस्तके लिहिल्याबद्दल जोहर आवटे साहेब, ITI अकलूजचे प्राचार्य. ITI सातारा चे माजी प्राचार्य सायगावकर साहेब, सहाय्यक संचालक श्री चंद्रकांत ढेकणे साहेब व्यवसाय शिक्षण व प्रशिक्षण प्रादेशिक कार्यालय, पुणे, जिल्हा व्यवसाय शिक्षण व प्रशिक्षण अधिकारी सचिन धुमाळ साहेब व मुख्याध्यापिका शासकीय तंत्रनिकेतन केंद्र शाल्मली पवार मॅडम व मुलगा अधिराज डोळे, आई कुसुम डोळे. , माझे वडील मधुकर डोळे आणि पत्नी अश्विनी डोळे यांनी वेळोवेळी केलेल्या विशेष मार्गदर्शन व सहकार्याबद्दल मी त्यांचा मनःपूर्वक आभारी आहे.

तसेच अतिशय कमी कालावधीत पुस्तक प्रकाशित करण्यात अमूल्य वेळ दिल्याबद्दल श्री राजेंद्र घुमे साहेब, सहसंचालक, व्यवसाय शिक्षण व प्रशिक्षण प्रादेशिक कार्यालय, पुणे यांनी पुस्तकाचे पुनरावलोकन केले. त्यांच्या अभिप्रायाबद्दल मी मनापासून आभारी आहे.

पुस्तक लिहिण्याच्या सुरुवातीपासूनच सतत पाठबळ दिल्याबद्दल ITI सातारा च्या प्रशिक्षकांचा मी आभारी आहे.

या पुस्तकातून, ई-लर्निंगबद्दलचे माझे विचार तुमच्याशी शेअर करण्यात मी स्वतःला धन्य समजतो. हे पुस्तक परिपूर्ण आहे असा दावा मी करणार नाही, कारण परिपूर्णतेचा विचार करता हे पुस्तक एक प्रयत्न आहे आणि बाल्यावस्थेत आहे. त्यांची चाचणी आणि सूचना दिल्यास ते सुधारण्यासाठी मोलाचे ठरतील.

मनोज डोळे

दिनांक 9/1/2019

1

इलेक्ट्रिशियन प्रथम वर्ष QR Code Images

Download App
Online Test Exam
ITI Books
AutoCAD CAM
JOB & Apprentice
Online Theory
Computer Course
Trading Course
CNC Course
MSCIT Course
Shopping Business
Internet Business
Web Designing
Online Services
Top Sportsmans
Indian Army
Freedom Fighters
Top Scientists
Social Reformers
Motivational Speaker
Top Richest People
Join WhatsApp Group
Join Facebook Group
Like Facebook Page
PAN / Adhar / Licence
Passport

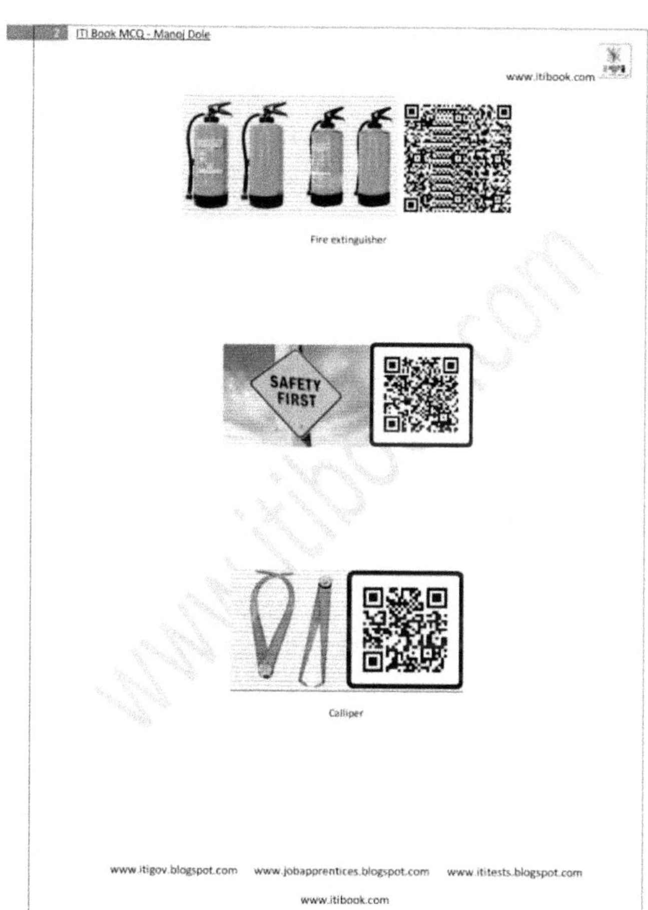

Fire extinguisher

Calliper

3 ITI Book MCQ - Manoj Dole
www.itibook.com
Hacksaw frame
Universal surface guage
Hammer
www.itigov.blogspot.com www.jobapprentices.blogspot.com www.ititests.blogspot.com
www.itibook.com

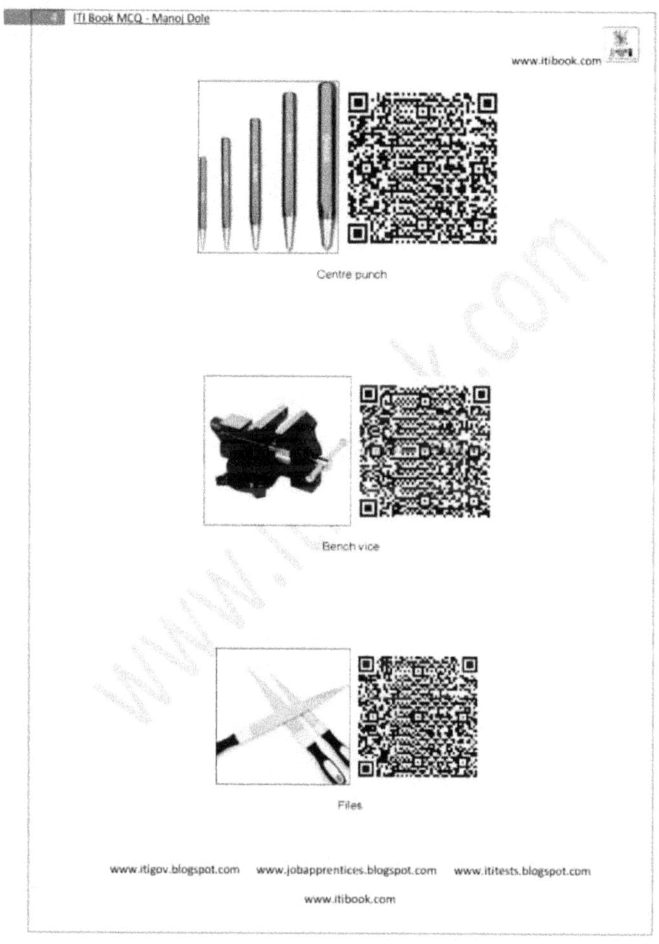
ITI Book MCQ - Manoj Dole
www.itibook.com
Centre punch
Bench vice
Files
www.itigov.blogspot.com www.jobapprentices.blogspot.com www.ititests.blogspot.com
www.itibook.com

7 ITI Book MCQ - Manoj Dole
www.itibook.com
Vernier bevel protractor
www.itigov.blogspot.com www.jobapprentices.blogspot.com www.ititests.blogspot.com
www.itibook.com

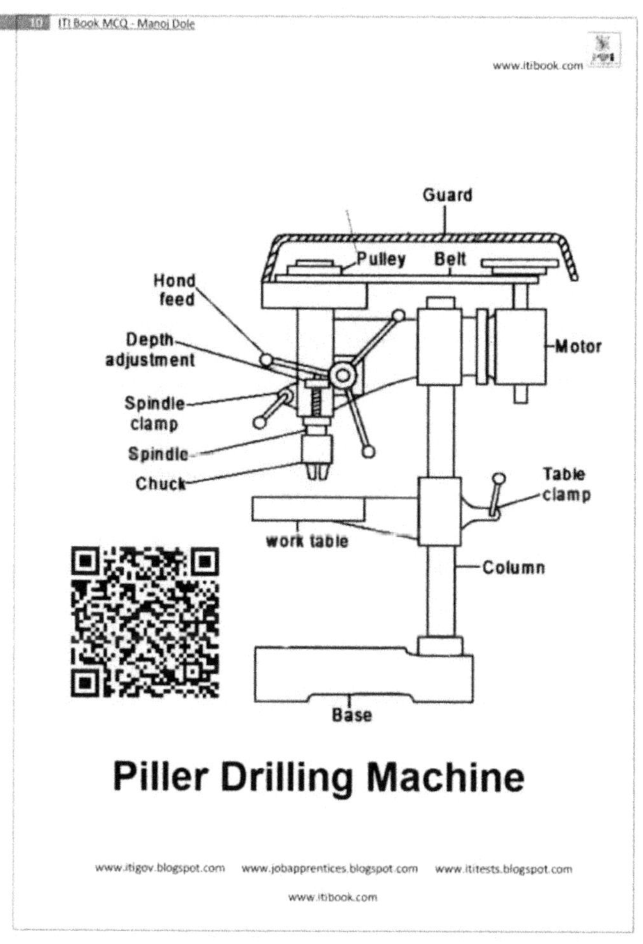
10 ITI Book MCQ - Manoj Dole
www.itibook.com
Guard
Pulley
Belt
Hond feed
Depth adjustment
Motor
Spindle clamp
Spindle
Chuck
Table clamp
work table
Column
Base
Piller Drilling Machine
www.itigov.blogspot.com
www.jobapprentices.blogspot.com
www.ititests.blogspot.com
www.itibook.com

14 ITI Book MCQ - Manoj Dole
www.itibook.com
BATTERY
battery
capacitor
cell
dynamometer
electromagnet
heater
inductance
magnet
www.itigov.blogspot.com www.jobapprentices.blogspot.com www.ititests.blogspot.com
www.itibook.com

15 ITI Book MCQ - Manoj Dole
www.itibook.com
megger
motor
multimeter
ohmmeter
resistores
star connected
alternator
voltmeter
ammeter
wattmeter
www.itigov.blogspot.com www.jobapprentices.blogspot.com www.ititests.blogspot.com
www.itibook.com

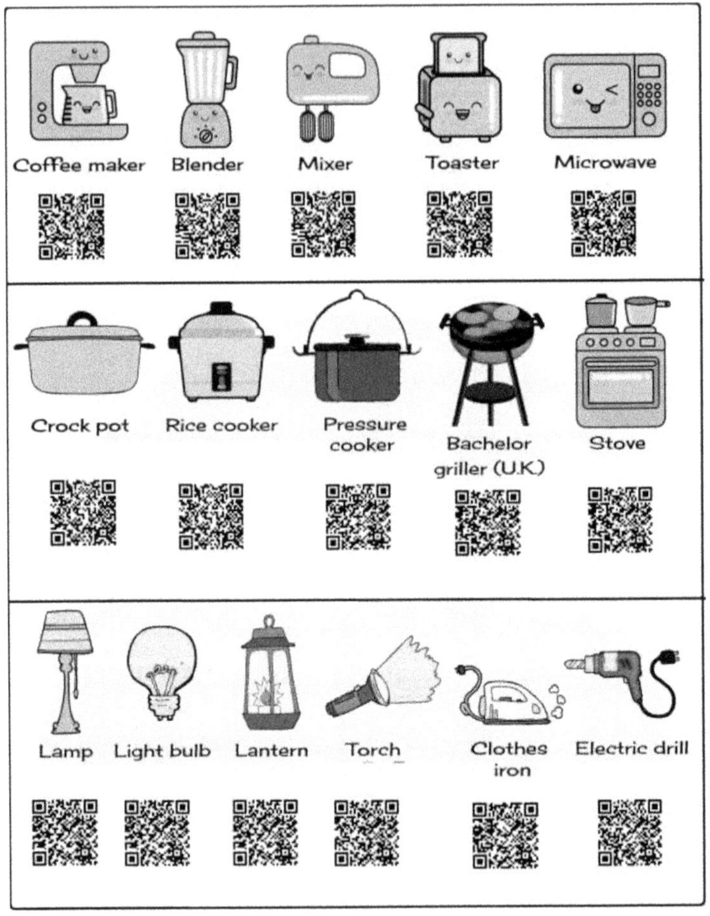
Coffee maker
Blender
Mixer
Toaster
Microwave
Crock pot
Rice cooker
Pressure cooker
Bachelor griller (U.K)
Stove
Lamp
Light bulb
Lantern
Torch
Clothes iron
Electric drill

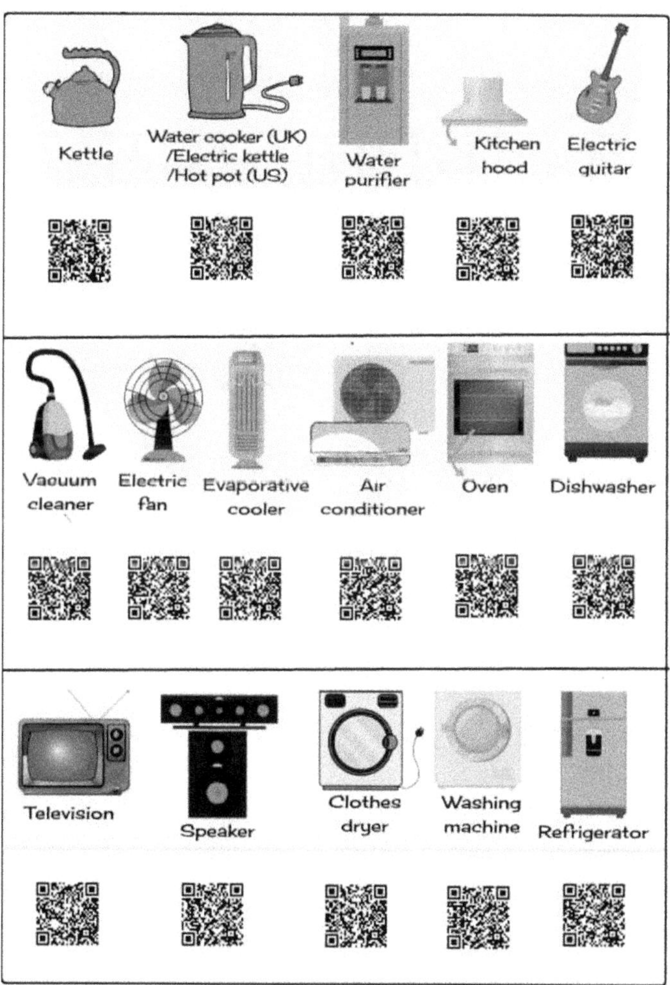
Kettle
Water cooker (UK) /Electric kettle /Hot pot (US)
Water purifier
Kitchen hood
Electric guitar
Vacuum cleaner
Electric fan
Evaporative cooler
Air conditioner
Oven
Dishwasher
Television
Speaker
Clothes dryer
Washing machine
Refrigerator

2

इलेक्ट्रिशियन प्रथम वर्ष मराठी MCQ

०१] रक्तस्त्राव झाल्यास उपचार घ्या

डी] थंड 3" आणि विश्रांती

<u>अ] थंडपाण्याचीफवारणीकरा</u>

ब] लगेच मलमपट्टी -----

ब] अपघात विचार उपचार बद्दल चौकशी

०२] अपघात झाल्यास पीडित व्यक्तीने आय.एम

अ] विश्रांती घेण्यास सांगितले

<u>क] तात्काळहजरझाले</u>

डी] त्याला सोडा

०३] जखमी किंवा आजारी व्यक्तीला प्राथमिक उपचार दिले जातात

अ] जीव वाचवा

ब] मफचा पुढील बिघाड टाळा

क] शक्य तितका सोई द्या

<u>ड] हेसर्व</u>

04] कचरा पेपर वेगळे करण्यासाठी डब्यांचा कलर कोड ----- आहे.

<u>अ] निळारंग</u>

ब] पिवळा रंग

क] लाल रंग

ड] हिरवा रंग

०५] जपानी भाषेत सेको म्हणजे --------------

<u>अ] चमकणे</u>

ब] क्रमवारी लावा

क] प्रमाणीकरण

ड] टिकवणे

06] SS प्रणालीचा फायदा ------ आहे.

अ] उत्पादकतेत वाढ

ब] गुणवत्तेत वाढ

क] वेळेचा अपव्यय कमी करणे

<u>ड] हेसर्व</u>

०७] सुरक्षा म्हणजे -----------

अ] कोणाचाही व्यवसाय नाही

<u>ब] प्रत्येकशरीराचाव्यवसाय</u>

क] काही शरीर व्यवसाय

ड] संस्थेचा व्यवसाय

08] मूलभूत श्रेणींसाठी सुरक्षा चिन्हे उपलब्ध आहेत "निषेध" चिन्हाचा अर्थ ----

<u>अ] दाखवतेकीतेकेलेजाऊनये</u>

ब] काय केले पाहिजे ते दाखवते

क] धोक्याची किंवा धोक्याची चेतावणी देते

ड] सुरक्षा तरतुदीची माहिती देते

09] कार्यशाळेची सुरक्षा कोणती आहे?

<u>अ] दुकानातीलमजलास्वच्छआणिग्रीस, तेलकिंवाइतरनिसरड्यापदार्थांपासूनमुक्तठेवा</u>

ब] वेग बदलण्यापूर्वी मशीन थांबवा

C] क्रॅक किंवा चीप केलेली साधने वापरू नका

ड] धावणारे मशीन हाताने थांबवण्याचा प्रयत्न करू नका

10] पर्सनल प्रोटेक्ट इक्विपमेंट (PPE] मध्ये हेल्मेट वापरले जाते

<u>अ] डोकेसंरक्षितकरा</u>

ब] डोळ्यांचे रक्षण करा

क] हातांचे संरक्षण करा

ड] कानांचे रक्षण करा

11] खालीलपैकी कोणते सामान्य सुरक्षिततेशी संबंधित आहे?

A चांगल्या वृत्तीचा कार्यकर्ता ठेवा

ब] काम स्वच्छ आणि स्पष्ट

क] आपल्या कामावर लक्ष केंद्रित करा

<u>ड] मजलाआणिगँगवेस्वच्छआणिस्वच्छठेवा</u>

12] दळताना डोळ्यांच्या संरक्षणासाठी कोणता वापर केला जातो?

अ] गडद हिरवा काच

ब] मुखवटा

क] सूर्याचा चष्मा

ड] सुरक्षागॉगल

13] मशीनच्या सुरक्षिततेसाठी खालीलपैकी काय केले जाते?

अ] मशीनसुरूकरण्यापूर्वीतेलाचीपातळीतपासा

ब] कामे पद्धतशीरपणे करा

क] मजला आणि गँगवे स्वच्छ आणि स्वच्छ ठेवा

ड] डाय आणि स्कार्फ वापरू नका

14] ln पर्सनल प्रोटेक्ट इक्विपमेंट (PPE], 'स्लीव्हज'चा वापर संरक्षणासाठी केला जातो ----------

चेहरा

ब] डोळे

क] कान

ड] हात

15] ABC म्हणजे --------------

अ] स्वयंचलित श्वास नियंत्रण

ब] स्वयंचलित रक्त नियंत्रण

क] वायुमार्गश्वासअभिसरण

ड] स्वयंचलित रक्त परिसंचरण

04] आग आणि आग विझवणारे

16] "क्लास बी" आग विझवण्यासाठी अग्निशामक यंत्राचे प्रकार वापरले जातात

अ] कोरडीशक्ती

ब] कार्बन डायऑक्साइड

क] पाण्याचा जेट

ड] फोम प्रकार

17] सामान्य आग विझवण्यासाठी कोणत्या प्रकारचे अग्निशामक यंत्र वापरले जाते?

अ] पाण्याचेप्रकारविझविण्याचेयंत्र

ब] फोम प्रकार एक्टिंग्विशर

क] कोरडी रासायनिक पावडर एक्टिंग्विशर

D] कार्बन डायऑक्साइड (C02] एक्टिंग्विशर

18] एक मायक्रोमीटर (U] समान आहे

अ] 01 मि.मी

ब] 001 मिमी

C] 0001 मिमी

ड] 00001 मिमी

19] स्लॉटची रुंदी मोजण्यासाठी कॅलिपर आहे

अ] विषम पाय कॅलिपर

ब] बाहेरील कॅलिपर

C] जेनी कॅलिपर

ड] <u>कॅलिपरच्याआत</u>

20] विभाजकांचा आकार ----------- द्वारे निर्दिष्ट केला जातो.

अ] पायांची एकूण लांबी

ब] पूर्णपणे उघडल्यावर बिंदूंमधील अंतर

क] बिंदू नसलेल्या पायांची लांबी

<u>D] पिव्होटआणिबिंदूमधीलअंतर</u>

21] समांतर रेषा चिन्हांकित करण्यासाठी वापरलेले साधन आहे, डेटाम काठाच्या समांतर आहे -

<u>अ] जेनीकॅलिपर</u>

ब] विभाजक

क] बाहेरील कॉलीपर

ड] कॅलिपरच्या आत

22] खालीलपैकी कोणते एक अप्रत्यक्ष मोजण्याचे साधन आहे?

<u>अ] बाहेरीलकॅलिपर</u>

ब] व्हर्नियर कॅलिपर

क] पोलादी नियम

ड] बाहेरील मायक्रोमीटर

23] पातळ ट्यूबिंग कापण्यासाठी, हॅकसॉ ब्लेडची सर्वात योग्य पिच आहे

अ] 18 मिमी

ब] 14 मिमी

क] 1 मि.मी

ड] <u>08 मि.मी</u>

24] ठोस पितळ कापण्यासाठी, हॅकसॉ ब्लेडची सर्वात योग्य खेळपट्टी आहे

अ] <u>18 मिमी</u>

ब] 14 मिमी

क] 1 मि.मी

ड] 08 मि.मी

25] काही स्ट्रोकनंतर नवीन हॅकसॉ ब्लेडमुळे सैल होते

अ] <u>ब्लेडचेताणणे</u>

ब] विंग-नट धागे जीर्ण होत आहेत

क] ब्लेडची चुकीची खेळपट्टी

ड] करवतीच्या संचाची अयोग्य निवड

26] लहान व्यासाचे पाईप्स कापताना, नियमितपणे पाहणे आणि याची खात्री करणे उचित आहे

अ] कट वक्र रेषेसह आहे

ब] <u>अधिककरवतीचेदातसंकुचितआहेत</u>

क] काम जास्त तापलेले नाही

ड] हॅकसॉचे योग्य संतुलन राखले जाते

27] व्हाइस क्लॅम्प वापरतात

अ] कठीण जबड्याचे रक्षण करा

ब] कामाचे तुकडे कडकपणे घट्ट करा

क] <u>तयारपृष्ठभागसंरक्षितकरा</u>

ड] जंगम जबडा दाखल होण्यास प्रतिबंध करा

28] मार्किंग दरम्यान संदर्भ पृष्ठभाग द्वारे प्रदान केले जाते

अ] पृष्ठभाग मापक

ब] वर्कपीस

क] कामाचे रेखाचित्र

D] <u>मार्किंगटेबलपृष्ठभाग</u>

29] अभियंत्याच्या वाइसचा आकार द्वारे निर्दिष्ट केला जातो

अ] जंगम जबड्याची लांबी

ब] <u>जबड्याचीरुंदी</u>

क] दुर्गुणाची उंची

ड] जबडा जास्तीत जास्त उघडणे

30] सार्वत्रिक पृष्ठभाग गेजचा भाग जो डेटाम काठावर समांतर रेषा काढण्यास मदत करतो.

अ] रॉकर हात

ब] स्नग

क] बारीक समायोजन स्क्रू

ड] <u>मार्गदर्शकपिन</u>

31] स्क्राइबर बनलेले आहेत

अ] सौम्य पोलाद

ब] <u>उच्चकार्बनस्टील</u>

क] पितळ

ड] कास्ट लोह

32] हँडल फिक्स करण्यासाठी वापरल्या जाणाऱ्या हातोड्याचा भाग आहे

चेहरा

ब] पेन

क] गाल

ड] <u>डोळाछिद्र</u>

33] चिन्हांकित करण्याच्या हेतूसाठी हातोड्याचे वजन आहे

अ] <u>250 ग्रॅम</u>

ब] 500 ग्रॅम

क] १ किग्रॅ

ड] 2 किग्रॅ

34] विभाजकांचा आकार द्वारे निर्दिष्ट केला जातो

अ] पायांची एकूण लांबी

ब] पूर्णपणे उघडल्यावर बिंदूमधील अंतर

क] बिंदूशिवाय पायांची लांबी

D] <u>पिव्होटआणिबिंदूमधीलअंतर</u>

35] ‘V’ ब्लॉकच्या खोबणीचा अंतर्भूत कोन नेहमी असतो

अ] ४५◦

ब] ६०◦

क] 90◦

ड] <u>120◦</u>

36] ‘V’ ब्लॉक्सच्या ग्रेडमध्ये उपलब्ध आहेत

अ] <u>अआणिब</u>

ब] अ, ब आणि क

क] १,२ आणि ३

ड] १ आणि २

37] ‘B’ ग्रेडचे ‘V’ ब्लॉक बनलेले आहेत

अ] <u>कास्टलोह</u>

ब] सौम्य पोलाद

क] पोलाद

ड] कास्ट स्टील

38] केंद्र शोधण्यासाठी वापरलेल्या पंचाचे नाव द्या

अ] प्रिक पंच ३०°

ब] प्रिक पंच ६०°

क] केंद्रपंच

ड] डॉट पंच

39] केंद्र पंचाचा बिंदू कोन -------- आहे.

अ] ३०°

ब] ५०°

c] 900

ड] 1200

40] पंचांचा वापर --------- कोणत्याही आकाराचा बनवण्यासाठी केला जातो

अ] छिद्र

ब] खाण

C] Knurling

ड] रीमिंग

41] साधारणपणे वाइसच्या हँडलची लांबी ---------- असते.

अ] वाइसच्या सामान्य आकाराच्या 15 पट

ब] वाइसच्यासामान्यआकाराच्या 25 पट

क] वाइसच्या सामान्य आकाराच्या 35 पट

ड] वाइसच्या सामान्य आकाराच्या 45 पट

42] बेंच वाइस स्पिंडल बनलेले आहे

अ] सौम्यपोलाद

ब] कास्ट लोह

क] साधन स्टील

ड] कांस्य

43] फाईल्सची उत्तलता मदत करते

अ] अवतल पृष्ठभाग फाइल करण्यासाठी

ब] बहिर्वक्र पृष्ठभाग फाइल करण्यासाठी

क] कामाच्याकडागोलाकारटाळण्यासाठी

D] दाब लागू झाल्यावर सरळ होणारी फाईल

44] लाकूड, चामडे आणि इतर मऊ साहित्य भरण्यासाठी कोणती फाईल वापरली जाते?

अ] सिंगल कट फाइल

ब] डबल कट फाइल

c] रास्पकटफाइल

ड] वक्र कट फाइल

45] वापरलेली फाईल ------------ साठी वापरली जाते.

अ] कामाचा तुकडा साफ करणे

क] फाइल दात नूतनीकरण

<u>ब] फाईलचेदातसाफकरणे</u>

ड] चिप्स साफ करणे

४६] फाइल कार्ड -------- यासाठी वापरले जाते.

अ] कामाचा तुकडा स्वच्छ करा

C] फाईलचे दात नूतनीकरण करा

<u>ब] फाईलचेदातस्वच्छकरा</u>

47] लेखकाचा बिंदू कोन ----------- आहे.

अ] ३०°

ब] ६०°

C] 5° ते 10°

<u>D] 12° ते 15°</u>

48] कास्ट आयरन चिपकण्यासाठी कटिंग अँगल आहे

अ] ३७५◦

ब] 55◦

क] <u>60◦</u>

ड] 90◦

49] छिन्नी सामग्री मध्ये खणणे होईल तेव्हा

अ] रेक कोन अधिक आहे

ब] क्लिअरन्स कोन खूप कमी आहे

क] <u>झुकावकोनअधिकआहे</u>

ड] झुकाव कोन खूप कमी आहे

50] कटिंग एजला थोडासा बहिर्वक्रता दिला जातो

अ] वक्र पृष्ठभाग कापून टाका

ब] टोकदार कोपरे कापून घ्या

क] <u>टोकेखोदण्यासप्रतिबंधकरा</u>

ड] वंगण आत येऊ द्या

51] पृष्ठभाग प्लेट्स बनविल्या जातात

अ] उच्च दर्जाचे कास्ट स्टील

ब] <u>बारीककच्चालोह</u>

क] मिश्र धातु स्टील्स

ड] लोह

52] टेपर शँक ड्रिल मशीनवर द्वारे आयोजित केले जातात

अ] चक

<u>ब] बाही</u>

क] वाहून जाणे

ड] वाइस

53] ड्रिल चक ड्रिलिंग मशीनच्या स्पिंडलवर a च्या सहाय्याने बसवले जातात

अ] नर्ल्ड रिंग

<u>ब] आर्बर</u>

क] वाहून जाणे

ड] पिनियन आणि किल्ली

54] कवायतींवर प्रदान केलेला मोर्स टेपर दरम्यान असतो

A] <u>MT 1 ते MT 5</u>

ब] MT 1 ते MT 4

C] MT 0 ते MT 5

D] MT 0 ते MT 4

55] ड्रिफ्टचा वापर केला जातो

अ] ड्रिल स्थान काढणे

ब] मशीन स्पिंडलवर चक फिक्स करणे

क] कामातून तुटलेली ड्रिल काढून टाकणे

ड] <u>मशीनस्पिंडलमधूनड्रिलकाढणे</u>

56] जेव्हा ड्रिलची टेपर शँक मशीनच्या स्पिंडलपेक्षा मोठी असते, तेव्हा ड्रिल ठेवण्याचे साधन म्हणजे

अ] ड्रिल स्लीव्ह

ब] <u>टेपरसॉकेट</u>

क] ड्रिल ड्रिफ्ट

ड] चक आणि कि

57] ड्रिलिंग मशीनमध्ये सौम्य स्टील ड्रिल करण्यासाठी योग्य कटिंग फ्लुइड आहे

अ] सिंथेटिक विद्रव्य तेल

ब] स्वच्छ तेल

क] डिस्टिल्ड वॉटर

ड] <u>विद्राव्यतेल</u>

58] रेडियल ड्रिलिंग मशीनचे एक विशेष वैशिष्ट्य आहे

अ] हे एचएसएस ड्रिलसह ड्रिलिंगसाठी वापरले जाऊ शकते

ब] टेबल कोणत्याही स्थितीत हलविले आणि सेट केले जाऊ शकते

क] वेगाची विविधता उपलब्ध आहे

ड] <u>स्पिंडलकोणत्याहीस्थितीतआणलेजाऊशकते</u>

59] ड्रिलचा बिंदू कोन यावर अवलंबून असतो

अ] ड्रिलचा आकार

ब] यंत्राचा प्रकार

क] कामाचेसाहित्य

D] ड्रिलचा RPM

60] प्रमाणित ड्रिलसाठी बिंदू कोन आहे

अ] ६०◦

ब] 108◦

क] 118◦

ड] 135◦

61] हेलिकल कोन निर्धारित करते

अ] कटिंग अँगल

ब] कोन चघळणे

क] रेककोन

ड] ओठांचा कोन

62] ड्रिलचा क्लिअरन्स कोन दरम्यान आहे

अ] 3◦ ते 5◦

ब] 8◦ ते 12◦

क] 12◦ ते 20◦

ड] 15◦ ते 20◦

63] दुर्गम ठिकाणी (वीज उपलब्ध नाही) रेल्वे ट्रॅक ड्रिल केला जाणार आहे योग्य ड्रिलिंग मशीन निवडा

अ] रेडियल ड्रिलिंग मशीन

ब] पिलर ड्रिलिंग मशीन

क] रॅचेटड्रिलिंगमशीन

ड] संवेदनशील ड्रिलिंग मशीन

64] कॅबिनेट बनवण्यासाठी सुताराने वापरलेले ड्रिलिंग मशीन म्हणजे अ

अ] रॅचेट ड्रिलिंग मशीन

ब] रेडियल ड्रिलिंग मशीन

क] स्तनड्रिलिंगमशीन

ड] संवेदनशील ड्रिलिंग मशीन

65] वीज उपलब्ध नसलेल्या ठिकाणी छिद्र पाडण्यासाठी खालीलपैकी कोणते ड्रिलिंग मशीन वापरले जाते?

अ] बेंच ड्रिलिंग मशीन

ब] पिलर ड्रिलिंग मशीन

क] ड्रिलिंग मशीन पुन्हा डायल करा

<u>ड] रॅचेटड्रिलिंगमशीन</u>

66] खालीलपैकी कोणते ड्रिलिंग मशीन हेवी ड्युटी कामासाठी वापरले जाते?

अ] बेंच ड्रिलिंग मशीन

ब] पिलर ड्रिलिंग मशीन

<u>क] रेडियलड्रिलिंगमशीन</u>

ड] इलेक्ट्रिक हॅंड ड्रिलिंग मशीन

67] ड्रिल चक मशीनच्या स्पिंडलवर ------ च्या माध्यमातून धरले जातात.

<u>अ] आर्बर</u>

ब] वाहून जाणे

क] ड्रॉ-इन बार

ड] चक नट

68] संवेदनशील बेंच ड्रिलिंग मशीनमध्ये ---- द्वारे भिन्न वेग प्राप्त केले जातात.

<u>अ] बेल्टपुलीयंत्रणा</u>

ब] हायड्रॉलिक यंत्रणा

क] रॅक आणि पिनियन यंत्रणा

ड] कॅम आणि अनुयायी यंत्रणा

69] टॅप बारीक करून पुन्हा तीक्ष्ण केले जातात -----

<u>अ] झोपड्या</u>

ब] धागे

क] व्यास

ड] आराम

70] M10 x 15 साठी टॅपिंग ड्रिलचा आकार ---------- आहे

अ] ८२

ब] ८३

क] ८४

<u>ड] ८५</u>

71] M10XIS च्या स्क्रूसाठी नट बनवायचे आहे ड्रिल केलेल्या छिद्राचा आकार किती असावा?

<u>अ] 8-5 मिमी</u>

ब] 90 मिमी

क] 95 मिमी

ड] 100 मि.मी

72] साठी कोन प्लेटच्या मशीन नसलेल्या भागावर रिब्स दिले जातात
अ] सुलभ हाताळणी
ब] उत्पादनात सोय
C] मशीनवर सेट करताना क्लॅम्पिंग
ड] कडकपणाआणिविकृतीटाळण्यासाठी
73] अँगल प्लेटवरील स्लॉट्स साठी दिले आहेत
अ] वजन कमी करणे
ब] काम संरेखित करणे
क] हुक वापरून उचलणे
ड] सामावूनघेणारेबोल्ट
74] कोन प्लेट्सचा आकार द्वारे सांगितले आहे
अ] वजन
ब] लांबी
क] लांबी x रुंदी
ड] आकारक्रमांक
75] गटर, छताचे फ्लॅशिंग, हुड इत्यादी बनवण्यासाठी
अ] गॅल्वनाइज्ड लोह
ब] स्टेनलेस स्टील
क] तांब्याचे पत्र
ड] धातूचे पत्रके
76] दुग्धव्यवसायातील अन्न प्रक्रिया, स्वयंपाकघरातील वस्तू इ
अ] गॅल्वनाइज्ड लोह
ब] स्टेनलेस स्टील
क] तांब्याचे पत्र
ड] धातूचे पत्रके
77] बादल्या, हीटिंग डक्ट, कॅबिनेट इत्यादी बनवण्यासाठी
अ] गॅल्वनाइज्ड लोह
ब] स्टेनलेस स्टील
क] तांब्याचे पत्र
ड] धातूचे पत्रके
78] कॅनरी आणि रासायनिक वनस्पतींमध्ये मेटल शीट्स
अ] गॅल्वनाइज्ड लोह
ब] स्टेनलेस स्टील
क] तांब्याचे पत्र

ड] धातूचे पत्रके

79] जाड प्लेट्स शीट्स जोडण्यासाठी रिवेट्स]

A] Countersunk head

ब] सपाट डोके

क] पॅन डोके

ड] मशरूम

80] शीट मेटल जोडण्यासाठी रिवेट्स]

A] Countersunk head

ब] सपाट डोके

क] पॅन डोके

ड] मशरूम

81] भारी फॅब्रिकेशन कामासाठी रिवेट्स]

A] Countersunk head

ब] सपाट डोके

क] पॅन डोके

ड] मशरूम

82] साठी रिवेट्स मेटा\ पृष्ठभागावरील रिव्हेटच्या डोक्याची उंची कमी करते

अ] काउंटरस्कंक हेड

ब] सपाट डोके

क] पॅन डोके

ड] मशरूम

83] सामान्यतः स्ट्रक्चरल कामासाठी वापरल्या जाणाऱ्या रिवेट्स]

अ] काउंटरस्कंक हेड

ब] सपाट डोके

क] पॅन डोके

ड] स्नॅप डोके

84] खालीलपैकी कोणते अग्निशामक थेट विद्युत आगीसाठी योग्य आहे?

अ] हालोन

ब] पाणी

क] फेस

ड] द्रवीभूत रसायन

1. शक्तीचे SI एकक आहे

(a) हेन्री

(b) कूलंब

(c) वॅट

(d) वॅट-तास

2. विद्युत दाब देखील म्हणतात

(a) प्रतिकार

(b) शक्ती

(c) व्होल्टेज

(d) ऊर्जा

3. ज्या पदार्थांमध्ये मोठ्या प्रमाणात मुक्त इलेक्ट्रॉन असतात आणि ते कमी असतात प्रतिकार म्हणतात

(a) इन्सुलेटर

(b) प्रेरक

(c) अर्धवाहक

(d) कंडक्टर

4. खालीलपैकी कोणता खराब कंडक्टर नाही?

(a) कास्ट लोह

(b) तांबे

(c) कार्बन

(d) टंगस्टन

5. खालीलपैकी कोणते इन्सुलेट सामग्री आहे?

(a) तांबे

(b) सोने

(c) चांदी

(d) कागद

6. कंडक्टरच्या गुणधर्मामुळे तो विद्युत प्रवाह जातो

(a) प्रतिकार

(b) अनिच्छा

(c) आचरण

(d) अधिष्ठाता

7. आचरण हे परस्पर आहे

(a) प्रतिकार

(b) अधिष्ठाता

(c) अनिच्छा

(d) क्षमता

8. कंडक्टरचा प्रतिकार उलटा बदलतो

(a) लांबी

(b) क्रॉस-सेक्शनचेक्षेत्र

(c) तापमान

(d) प्रतिरोधकता

9. तापमान वाढीसह शुद्ध धातूंचा प्रतिकार

(a) वाढते

(b) कमी होते

(c) प्रथम वाढते आणि नंतर कमी होते

(d) स्थिर राहते

10. तापमानात वाढ झाल्यामुळे अर्धवाहकांचा प्रतिकार

(a) कमीहोते

(b) वाढते

(c) प्रथम वाढते आणि नंतर कमी होते

(d) स्थिर राहते

11. 200 मीटर लांबीच्या तांब्याच्या तारेचा प्रतिकार 21 Q आहे. जर तिची जाडी (व्यास)

0.44 मिमी आहे, त्याचा विशिष्ट प्रतिकार सुमारे आहे

(a) 1.2 x 10~8 Qm

(b) 1.4 x 10~8 Qm

(c) 1.6 x 10″"8 Qm

(d) 1.8 x 10″8 Qm

13. विद्युत प्रवाह ओळखणारे साधन म्हणून ओळखले जाते

(a) व्होल्टमीटर

(b) रिओस्टॅट

(c) वॅटमीटर

(d) गॅल्व्हानोमीटर

14. सर्किटमध्ये 33 Q रेझिस्टरमध्ये 2 A चा विद्युत् प्रवाह असतो. रेझिस्टरमधील व्होल्टेज

(a) 33 V

(b) ६६वि

(c) 80 V

(d) 132 V

15. लाइट बल्ब 300 mA काढतो जेव्हा त्यावरील व्होल्टेज 240 V असतो. लाइट बल्बचा प्रतिकार असतो

(a) 400 प्र

(b) ६०० प्र

(c) <u>८००प्र</u>

(d) 1000 प्र

16. दोन शाखा असलेल्या समांतर सर्किटचा प्रतिकार 12 ohms आहे. जर एका शाखेचा प्रतिकार 18 ओम असेल तर दुसऱ्या शाखेचा प्रतिकार किती असेल?

(a) 18 प्र

(b) <u>३६प्र</u>

(c) ४८ प्र

(d) ६४ प्र

17. समान सामग्रीच्या चार तारा, समान क्रॉस-सेक्शनल क्षेत्रफळ आणि समान लांबी समांतर कनेक्ट केल्यावर 0.25 Q चा प्रतिकार होतो. जर त्याच चार तारा जोडल्या गेल्या असतील तर प्रभावी प्रतिकार होईल.

(a) 1 प्र

(b) २ प्र

(c) ३ प्र

(d) <u>४प्र</u>

18. 16 अँपिअरचा प्रवाह दोन शाखांमध्ये अनुक्रमे 8 ohms आणि 12 ohms च्या समांतर विभाजीत होतो. प्रत्येक शाखेत विद्युत प्रवाह आहे

(a) 6.4 A, 6.9 A

(b) <u>6.4 A, 9.6 A</u>

(c) 4.6 A, 6.9 A

(d) 4.6 A, 9.6 A

19. तांबे कंडक्टरद्वारे वर्तमान वेग आहे

(a) विद्युत उर्जेच्या प्रसार वेगाप्रमाणेच

(b) वर्तमान ताकदीपासून स्वतंत्र

(c) <u>काही ^.s/m च्याक्रमाने</u>

(d) जवळपास 3 x 108 मी/से

20. खालीलपैकी कोणत्या सामग्रीमध्ये जवळजवळ शून्य तापमान सह-कार्यक्षमता आहे?

(a) <u>मँगॅनिन</u>

(b) पोर्सिलेन

(c) कार्बन

(d) तांबे

21. तुम्हाला रेडिओमध्ये 1500 क्यू रेझिस्टर बदलावे लागेल. तुमच्याकडे 1500 Q रेझिस्टर नाही पण 1000 Q रेझिस्टर आहेत जे तुम्ही कनेक्ट कराल

(a) दोन समांतर

(b) दोनसमांतरआणिएकमालिका

(c) तीन समांतर

(d) मालिकेत तीन

22. जेव्हा दोन प्रतिरोधक मालिकेत जोडलेले असतात असे म्हणतात

(a) समानविद्युत्प्रवाहदोन्हीमधूनउलटूनजातो

(b) दोन्ही प्रवाहाचे समान मूल्य धारण करतात

(c) एकूण प्रवाह शाखा प्रवाहांच्या बेरजेइतका असतो

(d) IR थेंबांची बेरीज लागू केलेल्या emf च्या बरोबरीची आहे

23. खालीलपैकी कोणते विधान मालिका आणि समांतर DC सर्किटसाठी खरे आहे?

(a) घटकांना वैयक्तिक प्रवाह असतात

(b) प्रवाह हे मिश्रित असतात

(c) व्होल्टेज ॲडिटीव्ह असतात

(d) पॉवरॲडिटीव्हआहेत

24. खालीलपैकी कोणत्या सामग्रीमध्ये नकारात्मक तापमान सह-कार्यक्षमता आहे?

(a) तांबे

(b) ॲल्युमिनियम

(c) कार्बन

(d) पितळ

25. ओमचा नियम लागू होत नाही

(a) व्हॅक्यूमट्यूब

(b) कार्बन प्रतिरोधक

(c) उच्च व्होल्टेज सर्किट्स

(d) कमी विद्युत् घनता असलेले सर्किट

26. विजेचा सर्वोत्तम वाहक कोणता आहे?

(a) लोह

(b) चांदी

(c) तांबे

(d) कार्बन

27. खालीलपैकी कोणत्यासाठी 'अँपिअर सेकंद' हे एकक असू शकते?

(a) अनिच्छा

(b) शुल्क

(c) शक्ती

(d) ऊर्जा

28. खालील सर्व वॅट वगळता समतुल्य आहेत

(a) (अँपिअर) ओम
(b) ज्युल्स/से.
(c) अँपिअर x व्होल्ट
(d) अँपिअर/व्होल्ट

29. 10 ohms, 10 W असे रेटिंग असलेले प्रतिरोधक असण्याची शक्यता आहे
(a) धातूचा रोधक
(b) कार्बन रेझिस्टर
(c) वायरजखमेच्यारोधक
(d) व्हेरिएबल रेझिस्टर

30. खालीलपैकी कोणत्यामध्ये नकारात्मक तापमान सह-कार्यक्षमता नाही?
(a) ॲल्युमिनियम
(b) कागद
(c) रबर
(d) मीका

31. Varistors आहेत
(a) इन्सुलेटर
(6) नॉन लाइनरप्रतिरोधक
(c) कार्बन प्रतिरोधक
(d) शून्य तापमान गुणांक असलेले प्रतिरोधक

32. इन्सुलेट सामग्रीचे कार्य असते
(a) कंडक्टिंग वायर्समध्ये शॉर्ट सर्किट होण्यापासून रोखणे
(b) व्होल्टेजस्त्रोतआणिलोडदरम्यानएकओपनसर्किटप्रतिबंधितकरणे
(c) खूप मोठे प्रवाह चालवणे
(d) खूप उच्च प्रवाह साठवणे

33. फ्यूज वायरचे रेटिंग नेहमी मध्ये व्यक्त केले जाते
(a) अँपिअर-तास
(b) अँपिअर-व्होल्ट्स
(c) kWh
(d) अँपिअर

34. आयनवरील किमान शुल्क आहे
(a) अणूच्या अणुसंख्येइतका
(b) इलेक्ट्रॉनच्याचार्जाइतके
(c) अणू (#) शून्यातील इलेक्ट्रॉनच्या संख्येच्या चार्जाइतके

35. असमान प्रतिकारांसह मालिका सर्किटमध्ये

(a) सर्वात जास्त प्रतिरोधकतेमध्ये सर्वाधिक विद्युत् प्रवाह असतो
(b) सर्वात कमी प्रतिकारामध्ये सर्वाधिक व्होल्टेज ड्रॉप आहे
(c) सर्वात कमी प्रतिकारामध्ये सर्वाधिक विद्युत प्रवाह असतो
(d) <u>सर्वातजास्तरेझिस्टन्समध्येसर्वातजास्तव्होल्टेजड्रॉपहोते</u>

36. इलेक्ट्रिक बल्बचा फिलामेंट बनलेला असतो
(a) कार्बन
(b) ॲल्युमिनियम
(c) टंगस्टन
(d) निकेल

37. 2 A करंट असणारा 3 Q रेझिस्टर ची शक्ती नष्ट करेल
(a) 2 वॅट्स
(b) 4 वॅट्स
(c) <u>6 वॅट्स</u>
(d) 8 वॅट्स

38. खालीलपैकी कोणते विधान सत्य आहे?
(a) समांतर कमी प्रतिकार असलेले गॅल्व्हनोमीटर हे व्होल्टमीटर आहे
(b) समांतर उच्च प्रतिकार असलेले गॅल्व्हनोमीटर हे व्होल्टमीटर आहे
(c) <u>मालिकेतीलगॅल्व्हॅनोमीटरचाप्रतिकारहाकमीअसलेलाअँमीटरआहे</u>
(d) मालिकेतील उच्च प्रतिकार असलेले गॅल्व्हनोमीटर हे अँमीटर आहे

39. बंद इलेक्ट्रिकल सर्किटमध्ये वायर कंडक्टरच्या काही मीटरचा प्रतिकार असतो
(a) <u>व्यावहारिकदृष्ट्याशून्य</u>
(b) कमी
(c) उच्च
(d) खूप उच्च

40. मुख्य रेषेत समांतर सर्किट उघडल्यास, विद्युत् प्रवाह
(a) सर्वात कमी प्रतिकाराच्या शाखेत वाढते
(b) प्रत्येक शाखेत वाढते
(c) <u>सर्वशाखांमध्येशून्यआहे</u>
(d) सर्वोच्च प्रतिरोधक शाखेत शून्य आहे

41. जर 0.2 ohm रेझिस्टन्सच्या वायर कंडक्टरची लांबी दुप्पट केली तर त्याचा रेझिस्टन्स होतो
(a) <u>0.4 ohm</u>
(b) ०.६ ओम
(c) ०.८ ओम

(d) 1.0 ohm

42. 60 व्ही पॉवर लाईनवर तीन 60 डब्ल्यू बल्ब समांतर आहेत. एक बल्ब उघडा जळल्यास

(a) मुख्य लाईनमध्ये जड विद्युत प्रवाह असेल

(b) उर्वरित दोन बल्ब उजळणार नाहीत

(c) तीनही बल्ब उजळेल

(d) इतरदोनबल्बपेटतील

43. प्रत्येकी 40 W चे चार बल्ब एक बॅटरी swift मालिकेत जोडलेले आहेत, खालीलपैकी कोणते विधान सत्य आहे?

(a) प्रत्येकबल्बमधूनविद्युतप्रवाह

(b) प्रत्येक बल्बमधील व्होल्टेज समान नाही

(c) प्रत्येक बल्बमधील पॉवर डिसिपेशन सारखे नसते

(d) वरीलपैकी काहीही नाही

44. Rl आणि Ri हे दोन रेझिस्टन्स व्होल्टेज स्त्रोतामधील मालिकेत जोडलेले आहेत जेथे Rl>Ri. सर्वात मोठी ड्रॉप ओलांडून असेल

(a) Rl

(b) Ri

(c) Rl किंवा Ri

(d) त्यापैकी एकही नाही

46. बंद स्विचचा प्रतिकार असतो

(a) शून्य

(b) सुमारे 50 ohms

(c) सुमारे 500 ohms

(d) अनंत

47. बल्बच्या फिलामेंटचा गरम प्रतिकार त्याच्या थंड प्रतिकारापेक्षा जास्त असतो कारण फिलामेंटचे तापमान सह-कार्यक्षम असते.

(a) शून्य

(b) नकारात्मक

(c) सकारात्मक

(d) सुमारे 2 ohms प्रति डिग्री

49. विद्युत प्रवाह वाहून नेणाऱ्या कंडक्टरवर इन्सुलेशन प्रदान केले आहे

(a) विद्युत प्रवाहाची गळती रोखण्यासाठी

(b) शॉक टाळण्यासाठी

(c) वरीलदोन्हीघटक

(d) वरीलपैकी कोणतेही घटक नाहीत

50. कंडक्टरवर प्रदान केलेल्या इन्सुलेशनची जाडी अवलंबून असते

(a) <u>कंडक्टरवरीलव्होल्टेजचेपरिमाण</u>

(b) त्यातून वाहणाऱ्या विद्युत् प्रवाहाचे परिमाण

(c) दोन्ही (a) आणि (b)

(d) वरीलपैकी काहीही नाही

51. मालिका सर्किटच्या सर्व भागांमध्ये खालीलपैकी कोणते प्रमाण समान राहते?

(a) व्होल्टेज

(b) <u>वर्तमान</u>

(c) शक्ती

(d) प्रतिकार

52. 40 W चा बल्ब रूम हीटरसह मालिकेत जोडलेला आहे. जर आता 40 W चा बल्ब 100 W च्या बल्बने बदलला तर हीटर आउटपुट होईल

(a) कमी

(b) <u>वाढ</u>

(c) समान राहते

(d) हीटर जळून जाईल

53. इलेक्ट्रिक केटलमध्ये पाणी 10 मीटर मिनिटांत उकळते. त्याच पुरवठा साधनांचा वापर करून 15 मिनिटांत बॉयलर उकळणे आवश्यक आहे

(a) <u>हीटिंगएलिमेंटचीलांबीकमीकेलीपाहिजे</u>

(b) हीटिंग एलिमेंटची लांबी वाढवली पाहिजे

(c) गरम घटकाच्या लांबीचा पाणी गरम झाल्यास त्यावर कोणताही परिणाम होत नाही

(d) वरीलपैकी काहीही नाही

54. इलेक्ट्रिक फिलामेंट बल्बपासून काम करता येते

(a) फक्त DC पुरवठा

(b) फक्त AC पुरवठा

(c) फक्त बॅटरी पुरवठा

(d) <u>वरीलसर्व</u>

55. लागू व्होल्टेज वाढल्याने टंगस्टन दिव्याचा प्रतिकार

(a) कमी होते

(b) <u>वाढते</u>

(c) समान राहते

(d) वरीलपैकी काहीही नाही

56. सर्किटमधून जाणारा विद्युत प्रवाह निर्माण करतो

(a) चुंबकीय प्रभाव

(b) चमकदार प्रभाव

(c) थर्मलप्रभाव

(d) रासायनिक प्रभाव

(e) वरील सर्व प्रभाव

57. जर सामग्रीचा प्रतिकार नेहमी कमी होतो

(a) सामग्रीचे तापमान कमी होते

(6) सामग्रीचे तापमान वाढले आहे

(c) उपलब्ध मुक्त इलेक्ट्रॉन्सची संख्या अधिक होते

(d) वरीलपैकी काहीही बरोबर नाही

58. जर यंत्राची कार्यक्षमता जास्त असेल तर काय कमी असावे?

(a) इनपुट पॉवर

(b) नुकसान

(c) शक्तीचा खरा घटक

(d) kWh वापरले

(e) आउटपुट ते इनपुटचे गुणोत्तर

59. जेव्हा विद्युत प्रवाह धातूच्या कंडक्टरमधून जातो तेव्हा त्याचे तापमान वाढते. यामुळे आहे

(a) वहनइलेक्ट्रॉनआणिअणूयांच्यातीलटक्कर

(b) मूळ अणूंमधून वहन इलेक्ट्रॉन सोडणे

(c) धातूच्या अणूंमधील परस्पर टक्कर

(d) संवाहक इलेक्ट्रॉन्समधील परस्पर टक्कर

60. 250 V रेट केलेल्या 500 W आणि 200 W चे दोन बल्बचे प्रतिरोधक गुणोत्तर असे असेल

(अ) ४ : २५

(ब) २५ : ४

(c) २ : ५

(d) ५ : २

61. रेशमी कापडाने घासल्यावर काचेची रॉड चार्ज होते कारण

(a) ते प्रोटॉन घेते

(b) त्याचे अणू काढून टाकले जातात

(c) तेइलेक्ट्रॉनदेते

(d) ते सकारात्मक चार्ज देते

62. सर्किट AC असू शकते का. किंवा DC एक, खालील सर्वात प्रभावी आहे
विद्युत् प्रवाहाची तीव्रता कमी करणे.

(a) अणुभट्टी
(b) कॅपेसिटर
(c) प्रेरक
(d) रेझिस्टर

63. ते काढणे अधिक कठीण होते
(a) कक्षेतील कोणताही इलेक्ट्रॉन
(6) कक्षेतील पहिला इलेक्ट्रॉन
(c) कक्षेतील दुसरा इलेक्ट्रॉन
(d) कक्षेतीलतिसराइलेक्ट्रॉन

64. जेव्हा समांतर सर्किटचा एक पाय उघडला जातो तेव्हा एकूण वर्तमान इच्छा बाहेर पडते
(a) कमी करा
(b) वाढ
(c) कमी
(d) शून्य होतात

65. दिव्याच्या लोडमध्ये जेव्हा एकापेक्षा जास्त दिवे एकूण रेझिस्टन्सवर स्विच केले जातात
लोड च्या
(a) वाढते
(b) कमीहोते
(c) समान राहते
(d) वरीलपैकी काहीही नाही

66. 100 W आणि 40 W चे दोन दिवे 230 V वर मालिकेत जोडलेले आहेत (पर्यायी).
खालीलपैकी कोणते विधान बरोबर आहे?
(a) 100 W चा दिवा अधिक तेजस्वी होईल
(b) 40 W चादिवाअधिकतेजस्वीहोईल
(c) दोन्ही दिवे सारखेच चमकतील
(d) 40 W चा दिवा फ्यूज होईल

67. 220 V, 100 W दिवाचा प्रतिकार असेल
(a) ४.८४ प्र
(b) ४८.४ प्र
(c) ४८४फूट
(d) ४८४० प्र

68. थेट प्रवाहाच्या बाबतीत

(a) विद्युतप्रवाहाचीपरिमाणआणिदिशास्थिरराहते

(b) वेळेनुसार वर्तमान बदलांची परिमाण आणि दिशा

(c) वेळेनुसार वर्तमान बदलांचे परिमाण

(d) विद्युत् प्रवाहाची तीव्रता स्थिर राहते

६९. पाण्याने भरलेल्या बादलीतून जेव्हा विद्युत प्रवाह जातो तेव्हा भरपूर बुडबुडे होतात निरीक्षण केले. हे सूचित करते की पुरवठ्याचा प्रकार आहे

(a) AC

(b) DC

(c) वरील दोनपैकी कोणतेही

(d) वरीलपैकी काहीही नाही

70. लागू व्होल्टेज वाढल्याने कार्बन फिलामेंट दिव्याचा प्रतिकार.

(a) वाढते

(b) कमीहोते

(c) समान राहते

(d) वरीलपैकी काहीही नाही

71. रस्त्यावरील दिवे मध्ये सर्व बल्ब जोडलेले आहेत

(a) समांतर

(b) मालिका

(c) मालिका-समांतर

(d) एंड-टू-एंड

72. चाचणी उपकरणांसाठी, चाचणी दिव्याचे वॅटेज असावे

(a) खूप कमी

(b) कमी

(c) उच्च

(d) कोणतेही मूल्य

७३. घरातील दिवा लावल्याने रेडिओमध्ये आवाज येतो. कारण स्विचिंग ऑपरेशन उत्पादन करते

(a) विभक्तसंपर्कांवरचाप

(b) उच्च तीव्रतेचा यांत्रिक आवाज

(c) दोन्ही यांत्रिक आवाज आणि संपर्कांमधील चाप

(d) वरीलपैकी काहीही नाही

74. सर्किट जास्त असल्यामुळे लोड बंद केल्यावर स्पार्किंग होते

(a) प्रतिकार

(b) अधिष्ठाता

(c) क्षमता

(d) प्रतिबाधा

75. ठराविक लांबीची आणि रेझिस्टन्सची कॉपर वायर त्याच्या तिप्पट काढली जाते व्हॉल्यूममध्ये बदल न करता लांबी, वायरचा नवीन प्रतिकार होतो

(a) 1/9 वेळा

(b) 3 वेळा

(c) 9 वेळा

(d) अपरिवर्तित

76. जेव्हा हीटरचा प्रतिरोधक घटक फ्यूज होतो आणि नंतर आपण त्याचा काही भाग काढून टाकल्यानंतर तो पुन्हा जोडतो तेव्हा हीटरची शक्ती

(a) कमी

(b) वाढ

(c) स्थिर राहणे

(d) वरीलपैकी काहीही नाही

77. शक्तीचे क्षेत्र फक्त दरम्यान अस्तित्वात असू शकते

(a) दोन रेणू

(b) दोनआयन

(c) दोन अणू

(d) दोन धातूचे कण

78. ज्या पदार्थाच्या रेणूंमध्ये भिन्न अणू असतात त्याला म्हणतात

(a) अर्धवाहक

(b) सुपर-कंडक्टो

(c) कंपाऊंड

(d) इन्सुलेटर

79. आंतरराष्ट्रीय ओम च्या रेझिस्टन्सच्या दृष्टीने परिभाषित केले आहे

(a) पाराचाएकस्तंभ

(b) कार्बनचा घन

(c) तांब्याचा घन

(d) वायरची एकक लांबी

80. तीन समान प्रतिरोधक प्रथम समांतर आणि नंतर मालिकेत जोडलेले आहेत. पहिल्या संयोगाचा परिणामी प्रतिकार दुसऱ्याला असेल

(a) 9 वेळा

(b) 1/9 वेळा

(c) 1/3 वेळा

(d) 3 वेळा

91. प्रतिकारांचे परिपूर्ण मापन करण्यासाठी कोणती पद्धत वापरली जाऊ शकते?

(a) लॉरेन्ट्झ पद्धत

(b) Releigh पद्धत

(c) ओमची नियम पद्धत

(d) व्हीटस्टोनब्रिजपद्धत

92. तीन 6 ओम प्रतिरोधक त्रिकोण तयार करण्यासाठी जोडलेले आहेत. कोणत्याही दोन कोपऱ्यांमधील प्रतिकार किती असतो?

(a) 3/2 प्र

(b 6 प्र

(c) ४प्र

(d) ८/३ प्र

93. ओमचा नियम लागू होत नाही

(a) अर्धवाहक

(b) DC सर्किट्स

(c) लहान प्रतिरोधक

(d) उच्च प्रवाह

94. दोन कॉपर कंडक्टरची लांबी समान असते. एका कंडक्टरचे क्रॉस-सेक्शनल क्षेत्र दुसऱ्या कंडक्टरच्या चार पट आहे. जर लहान क्रॉससेक्शनल क्षेत्र असलेल्या कंडक्टरचा प्रतिकार 40 ohms असेल तर इतर कंडक्टरचा प्रतिकार असेल

(a) 160 ohms

(b) 80 ohms

(c) 20 ohms

(d) 10 ohms

95. हीटर कॉइल म्हणून वापरल्या जाणाऱ्या निक्रोम वायरचा प्रतिकार 2 £2/m असतो. 200 V वर 1 kW च्या हीटरसाठी, वायरची लांबी आवश्यक असेल

(a) 80 मी

(b) 60 मी

(c) 40 मी

(d) 20 मी

96. प्रतिरोधक तापमान सह-कार्यक्षमतेच्या दृष्टीने व्यक्त केले जाते

(a) ohms/°C

(b) mhos/ohm°C

(c) ohms/ohm°C

98. हीटर कॉइलमधून विद्युत प्रवाह वाहतो तेव्हा ते चमकते परंतु पुरवठा वायरिंग चमकत नाही कारण

(a) पुरवठा लाईनमधून प्रवाह कमी वेगाने वाहतो

(b) पुरवठा वायरिंग इन्सुलेशन लेयरने झाकलेली असते

(c) हीटरकॉइलचाप्रतिकारपुरवठातारांपेक्षाजास्तअसतो

(d) पुरवठ्याच्या तारा उत्तम साहित्यापासून बनवलेल्या असतात

99. ओमच्या कायद्यानुसार वैधतेची अट अशी आहे

(a) प्रतिकारएकसमानअसणेआवश्यकआहे

(b) विद्युत् प्रवाह प्रतिकाराच्या आकाराच्या प्रमाणात असावा

(c) प्रतिकार वायर जखमेचा प्रकार असावा

(d) सकारात्मक टोकावरील तापमान ऋण टोकावरील तापमानापेक्षा जास्त असावे

100. खालीलपैकी कोणते विधान बरोबर आहे?

(अ) सेमीकंडक्टरएकअशीसामग्रीआहेज्याचीचालकताकंडक्टरआणिइन्सुलेटरसारखीचअसते

(b) अर्धवाहक एक अशी सामग्री आहे ज्यामध्ये धातू आणि विद्युतरोधक यांच्या चालकतेचे सरासरी मूल्य असते.

(c) अर्ध-वाहक असा असतो जो लागू केलेल्या व्होल्टेजपैकी फक्त अर्धा वाहून नेतो

(d) सेमी-कंडक्टर म्हणजे कंडक्टिंग मटेरियल आणि इन्सुलेटरच्या पर्यायी थरांनी बनवलेले साहित्य आहे

101. रिओस्टॅट पोटेंशियोमीटरपेक्षा भिन्न आहे

(a) कमी वॅटेज रेटिंग आहे

(b) उच्चवॅटेजरेटिंगआहे

(c) मोठ्या संख्येने वळणे आहेत

(d) मोठ्या प्रमाणात टॅपिंग ऑफर करते

102. समान विद्युत प्रतिकारासाठी, समान क्रॉस-सेक्शनच्या कॉपर कंडक्टरच्या तुलनेत ॲल्युमिनियम कंडक्टरचे वजन आहे.

(अ) ५०%

(ब) ६०%

(c) 100%

(d) 150%

103. ओपन रेझिस्टर, ओम-मीटर रीडसह तपासल्यावर

(a) शून्य

(b) अनंत

(c) उच्च परंतु सहनशीलतेच्या आत

(d) कमी पण शून्य नाही

104. बहुतेक धातूंपेक्षा कमी परंतु ठराविक इन्सुलेटरपेक्षा जास्त विद्युत चालकता असलेले पदार्थ आहेत.

(a) वेरिस्टर

(b) थर्मिस्टर

(c) अर्धवाहक

(d) परिवर्तनीय प्रतिरोधक

105. सर्व चांगले कंडक्टर उच्च आहेत

(a) आचरण

(b) प्रतिकार

(c) अनिच्छा

(d) थर्मल चालकता

106. व्होल्टेज अवलंबित प्रतिरोधक सामान्यतः पासून बनविले जातात

(a) कोळसा

(b) सिलिकॉन कार्बाइड

(c) निक्रोम

(d) ग्रेफाइट

107. व्होल्टेजवर अवलंबून असलेले प्रतिरोधक वापरले जातात

(a) प्रेरक सर्किट्ससाठी

(b) लाटदाबण्यासाठी

(c) हीटिंग घटक म्हणून

(d) वर्तमान स्टॅबिलायझर्स म्हणून

108. प्रोटॉन आणि इलेक्ट्रॉनच्या वस्तुमानाचे गुणोत्तर जवळपास आहे

(a) १८४०

(b) १८४०

(c) ३०

(d) ४

109. कार्बन अणूच्या सर्वात बाह्य कक्षेत इलेक्ट्रॉनची संख्या आहे

(a) ३

(b) ४

(c) ६

(d) ७

110. समांतर जोडलेल्या तीन प्रतिकारांसह, प्रत्येकाने 20 W विघटित केल्यास व्होल्टेज स्त्रोताद्वारे पुरवलेली एकूण उर्जा समान असेल

(a) 10 W
(b) 20 W
(c) 40 W
(d) 60 W

111. थर्मिस्टर आहे
(a) सकारात्मक तापमान गुणांक
(b) नकारात्मक तापमान गुणांक
(c) शून्यतापमानगुणांक
(d) परिवर्तनीय तापमान गुणांक

112. जर/, R आणि t अनुक्रमे वर्तमान, प्रतिरोध आणि वेळ असेल तर त्यानुसार ज्युलच्या नियमानुसार उत्पादित उष्णता याच्या प्रमाणात असेल
(a) I2Rt
(b) I2Rf
(c) I2R2t
(d) I2R2t*

113. निक्रोम वायर हे मिश्र धातु आहे
(a) शिसे आणि जस्त
(b) क्रोमियम आणि व्हॅनेडियम
(c) निकेलआणिक्रोमियम
(d) तांबे आणि चांदी

114. जेव्हा एक व्होल्टचा व्होल्टेज लागू केला जातो तेव्हा सर्किट त्यामधून एक मायक्रो अँपिअर करंट वाहू देतो. सर्किटचे कंडक्टन्स आहे
(a) 1 n-mho
(b) 106 mho
(c) 1 मिली-mho
(d) वरीलपैकी काहीही नाही

115. खालीलपैकी कोणत्यामध्ये नकारात्मक तापमान गुणांक असू शकतो?
(a) चांदीची संयुगे
(6) द्रव धातू
(c) धातूचे मिश्रण
(d) इलेक्ट्रोलाइट्स

116. आचरण : mho ::
(a) प्रतिकार : ओम
(b) कॅपेसिटन्स: हेन्री
(c) अधिष्ठापन : फरद

(d) लुमेन : स्टेरॅडियन

117. 1 angstrom समान आहे

(a) 10-8 मिमी

(b) 10"6 सेमी

(c) <u>10"10 मी</u>

(d) 10~14 मी

118. एक न्यूटन मीटर समान आहे

(a) एक वॅट

(b) <u>एकजूल</u>

(c) पाच जूल

(d) एक ज्युल सेकंद

1. केबलसाठी इन्सुलेट सामग्री असावी

(a) कमी खर्च

(b) उच्च डायलेक्ट्रिक सामर्थ्य

(c) उच्च यांत्रिक शक्ती

(d) <u>वरीलसर्व</u>

2. खालीलपैकी कोणते केबलला यांत्रिक इजा होण्यापासून संरक्षण देते?

(a) बेडिंग

(b) आवरण

(c) <u>आर्मरिंग</u>

(d) वरीलपैकी काहीही नाही

3. केबल्समध्ये खालीलपैकी कोणते इन्सुलेशन वापरले जाते?

(a) वार्निश केलेले कॅम्ब्रिक

(b) रबर

(c) कागद

(d) <u>वरीलपैकीकोणतेही</u>

4. एम्पायर टेप आहे

(a) <u>वार्निशकेलेलेकॅम्ब्रिक</u>

(b) व्हल्कनाइज्ड रबर

(c) गर्भित कागद

(d) वरीलपैकी काहीही नाही

5. केबल्समध्ये कंडक्टरवरील इन्सुलेशनच्या थराची जाडी अवलंबून असते

(a) प्रतिक्रियाशील शक्ती

(b) पॉवर फॅक्टर

(c) व्होल्टेज

(d) वर्तमान वहन क्षमता

6. एका केबलवरील बेडिंगमध्ये समाविष्ट आहे

(a) हेसियन कापड

(b) ज्यूट

(c) वरीलपैकीकोणतेही

(d) वरीलपैकी काहीही नाही

7. केबल्ससाठी इन्सुलेट सामग्री असावी

(a) ॲसिड प्रूफ असणे

(b) ज्वलनशील नसावे

(c) नॉन-हायग्रोस्कोपिक असावे

(d) वरीलसर्वगुणधर्मआहेत

8. एका केबलमध्ये लगेचच धातूच्या आवरणाच्या वरती ______ प्रदान केले जाते.

(a) अर्थिंग कनेक्शन

(b) बेडिंग

(c) आर्मरिंग

(d) वरीलपैकी काहीही नाही

9. DC मधील केबल्सची सध्याची वहन क्षमता एसी पेक्षा जास्त आहे

(a) हार्मोनिक्सचा अभाव

(b) कोणतीही स्थिरता मर्यादा नसणे

(c) लहानडायलेक्ट्रिकनुकसान

(d) तरंगांची अनुपस्थिती

(e) वरीलपैकी काहीही नाही

10. तीन कोर लवचिक केबलच्या बाबतीत न्यूट्रलचा रंग असतो

(a) निळा

(b) काळा

(c) तपकिरी

(d) वरीलपैकी काहीही नाही

132 kV लाईनसाठी 11 केबल्स वापरल्या जातात.

(a) उच्च ताण

(b) अति ताण

(c) अतिरिक्त उच्च ताण

(d) अतिरिक्तसुपरव्होल्टेज

12. कंड्युट पाईप्स सामान्यतः ______ केबल्सचे संरक्षण करण्यासाठी वापरले जातात.

(a) नशीथकेलेल्याकेबल्स
(b) चिलखत
(c) PVC शीथ केलेल्या केबल्स
(d) वरील सर्व

13. केबलमध्ये कमीत कमी डायलेक्ट्रिक ताण असतो
(a) चिलखत
(b) बेडिंग
(c) कंडक्टर पृष्ठभाग
(d) शिसेआवरण

14. सिंगल कोर केबल्समध्ये आर्मरिंग केले जात नाही
(a) म्यानचेजास्तनुकसानटाळा
(b) ते लवचिक बनवा
(c) वरीलपैकी एक
(d) वरीलपैकी काहीही नाही

15. रबराची डायलेक्ट्रिक ताकद जवळपास असते
(a) 5 kV/mm
(b) 15 kV/mm
(c) 30 kV/mm
(d) 200 kV/mm

16. लो टेंशन केबल्स साधारणपणे पर्यंत वापरल्या जातात
(a) 200 V
(b) 500 V
(c) 700 V
(d) 1000 V

17. केबलमध्ये, ऑपरेटिंग परिस्थितीत जास्तीत जास्त ताण असतो
(a) इन्सुलेशन थर
(b) आवरण
(c) चिलखत
(d) कंडक्टरपृष्ठभाग

18. हाय टेंशन केबल्स साधारणपणे वापरल्या जातात
(a) 11kV
(b) 33kV
(c) 66 kV
(d) 132 kV

19. केबलचा लाट प्रतिकार आहे

(a) 5 ohms
(b) 20 ohms
(c) 50 ohms
(d) 100 ohms

20. पीव्हीसी म्हणजे
(a) पॉलिव्हिनाईलक्लोराईड
(b) पोस्ट वार्निश कंडक्टर
(c) दाबलेले आणि वार्निश केलेले कापड
(d) सकारात्मक व्होल्टेज कंडक्टर

21. केबल्समध्ये, फॉल्टचे स्थान सहसा तुलना करून शोधले जाते
(a) कंडक्टरचा प्रतिकार
(b) कंडक्टरचे इंडक्टन्स
(c) इन्सुलेटेडकंडक्टरचीकॅपेसिटन्स
(d) वरील सर्व पॅरामीटर्स

22. केबल्सच्या कॅपेसिटन्स ग्रेडिंगमध्ये आपण _______ डायलेक्ट्रिक वापरतो.
(a) संमिश्र
(b) सच्छिद्र
(c) एकसंध
(d) हायग्रोस्कोपिक

23. प्रेशर केबल्स साधारणपणे पलीकडे वापरल्या जात नाहीत
(a) 11 kV
(b) 33 kV
(c) 66 kV
(d) 132 kV

24. केबलवर आर्मरिंगसाठी साहित्य सहसा असते
(a) स्टील टेप
(b) गॅल्वनाइज्ड स्टील वायर
(c) वरीलपैकीकोणतेही
(d) वरीलपैकी काहीही नाही

25. केबल्स, साधारणपणे 66 kV च्या पुढे वापरल्या जातात
(a) तेलभरलेले
(b) SL प्रकार
(c) बेल्ट
(d) चिलखत

26. रबराची सापेक्ष परवानगी आहे

(a) 2 आणि 3 दरम्यान
(b) ५ ते ६ दरम्यान
(c) 8 आणि 10 दरम्यान
(d) 12 आणि 14 दरम्यान

27. सॉलिड प्रकारच्या केबल्स 66 kV च्या पुढे अविश्वसनीय मानल्या जातात कारण
(a) जास्त तापमानामुळे इन्सुलेशन वितळू शकते
(b) त्वचेचा प्रभाव कंडक्टरवर असतो
(c) कंडक्टर आणि शीथ मटेरियलमधील कोरोना नुकसान
(d) व्हॉईड्सच्याउपस्थितीमुळेइन्सुलेशनतुटण्याचाधोकाआहे

28. जर केबलची लांबी दुप्पट असेल तर तिची क्षमता
(a) एक चतुर्थांश होतो
(b) अर्धा होतो
(c) दुहेरीहोते
(d) अपरिवर्तित राहते

29. केबल्समध्ये चार्जिंग करंट
(a) व्होल्टेज 90° ने मागे पडते
(b) व्होल्टेजला 90° नेपुढेनेतो
(c) व्होल्टेज 180° ने मागे पडते
(d) व्होल्टेज 180° ने आघाडीवर आहे

30. एका विशिष्ट केबलमध्ये सापेक्ष परवानगीचे इन्सुलेशन असते 4. जर इन्सुलेशन असेल तर
सापेक्ष परवानगी 2 पैकी एकाने बदलल्यास, केबलची कॅपेसिटन्स होईल
(a) अर्धा
(6) दुप्पट
(c) चार वेळा
(d) वरीलपैकी काहीही नाही

31. जर एकसंध इन्सुलेशनच्या केबलचा ताण 10 kV/mm असेल तर,
मग इन्सुलेशनची डायलेक्ट्रिक ताकद असावी
(a) 5 kV/mm
(b) 10 kV/mm
(c) 15 kV/mm
(d) 30 kV/mm

32. केबल्स मध्ये, आवरण वापरले जातात
(a) केबलमध्येओलावाजाण्यापासूनप्रतिबंधितकरा
(b) पुरेसे सामर्थ्य प्रदान करा

(e) योग्य इन्सुलेशन प्रदान करा

(d) वरीलपैकी काहीही नाही

33. केबल्समधील इंटरशीथ वापरतात

(a) तणाव कमी करा

(b) चांगल्या इन्सुलेशनची आवश्यकता टाळा

(c) योग्यताणवितरणप्रदानकरा

(d) वरीलपैकी काहीही नाही

34. भूमिगत केबल्समध्ये इलेक्ट्रोस्टॅटिक ताण आहे

(a) कंडक्टर आणि म्यान येथे समान

(b) कंडक्टरवर किमान आणि म्यानवर कमाल

(c) कंडक्टरवरजास्तीतजास्तआणिम्यानवरकिमान

(d) कंडक्टरवर तसेच म्यानवर शून्य

(e) वरीलपैकी काहीही नाही

35. केबलच्या इन्सुलेशनचे ब्रेकडाउन आर्थिकदृष्ट्या टाळले जाऊ शकते चा उपयोग

(a) आंतर-म्यान

(b) वेगवेगळ्या डायलेक्ट्रिक स्थिरांकांसह इन्सुलेट सामग्री

(c) दोन्ही (a) आणि (b)

(d) वरीलपैकी काहीही नाही

36. केबलचे इन्सुलेशन कमी होते

(a) इन्सुलेशनचीलांबीवाढणे

(b) इन्सुलेशनची लांबी कमी होणे

(c) एकतर (a) किंवा (b)

(d) वरीलपैकी काहीही नाही

37. वैकल्पिक प्रवाह वाहून नेणारी केबल आहे

(a) केवळ हिस्टेरेसिसचे नुकसान

(b) केवळहिस्टेरेसिसआणिगळतीचेनुकसान

(c) केवळ हिस्टेरेसिस, गळती आणि तांब्याचे नुकसान

(d) हिस्टेरेसिस, गळती, तांबे आणि घर्षण नुकसान

38. केबलमध्ये व्होल्टेजचा ताण जास्तीत जास्त असतो

(a) आवरण

(6) इन्सुलेटर

(e) कंडक्टरची पृष्ठभाग

(d) कंडक्टरचागाभा

39. केबलचे कॅपेसिटन्स ग्रेडिंग सूचित करते
(a) विविधपारगम्यतेच्याडायलेक्ट्रिक्सचावापर
(b) प्रति किमी लांबीच्या केबल्सच्या कॅपेसिटन्सनुसार ग्रेडिंग
(c) वेगवेगळ्या एकाग्रतेमध्ये सिंगल डायलेक्ट्रिक वापरणाऱ्या केबल्स
(d) प्रभावाचा प्रतिकार करण्यासाठी वेगवेगळ्या लांबीवर
कॅपेसिटन्स सादर करणे आवश्यक आहे
प्रेरण
40. भूमिगत केबल्स पुरेशा खोलीवर टाकल्या जातात
(a) तापमानाचा ताण कमी करण्यासाठी
(b) माती काढून टाकल्यामुळे सहजपणे शोधले जाऊ नये म्हणून
(c) गॅसिंगवाहनांमुळेहोणारेधक्केआणिकंपनांचाप्रभावकमीकरणेइ.
(d) वरील सर्व कारणांमुळे
41. ओव्हरहेड ट्रान्समिशन लाईन्सवरील केबल्सचा फायदा आहे
(a) सुलभ देखभाल
(b) कमी खर्च
(c) गजबजलेल्याभागातवापरलेजाऊशकते
(d) उच्च व्होल्टेज सर्किटमध्ये वापरले जाऊ शकते
42. केबल्सवर मेटॅलिक शील्डिंगची जाडी सामान्यतः असते
(a) 0.04 मिमी
(b) 0.2 ते 0.4 मिमी
(e) 3 ते 5 मि.मी
(d) 40 ते 60 मिमी
43. 220 kV लाईनसाठी केबल्स नेहमीच असतात
(a) अभ्रक इन्सुलेटेड
(b) पेपर इन्सुलेटेड
(c) कॉम्प्रेस्डऑइलकिंवाकॉम्प्रेस्डगॅसइन्सुलेटेड
(d) रबर इन्सुलेटेड
(e) वरीलपैकी काहीही नाही
44. 1000 kV वर वापरण्यासाठी केबलची रचना करायची आहे का, तुम्ही कोणत्या इन्सुलेशनला प्राधान्य द्याल?
(a) पॉलीविनाइल क्लोराईड
(b) व्हल्कनाइज्ड रबर
(c) गर्भित कागद
(d) संकुचित SFe वायू

45. जर पॉवर केबल आणि कम्युनिकेशन केबल किमान समांतर चालवायची असेल हस्तक्षेप टाळण्यासाठी दोघांमधील अंतर असावे

(a) 2 सेमी

(b) 10 सेमी

(c) 50 सेमी

(d) 400 सेमी

46. केबल्ससाठी कंडक्टर म्हणून कॉपर वापरला जातो

(a) annealed

(b) कठोर आणि स्वभाव

(c) हार्ड ड्रॉ

(d) क्रोमियमसह मिश्रधातू

47. इन्सुलेट सामग्री असावी

(a) कमी परवानगी

(b) उच्च प्रतिरोधकता

(c) उच्च डायलेक्ट्रिक सामर्थ्य

(d) वरीलसर्व

48. तेलाने भरलेल्या केबल्सचा फायदा आहे

(a) अधिक परिपूर्ण गर्भाधान

(b) लहान एकूण आकार

(c) कोणतेही आयनीकरण, ऑक्सिडेशन आणि व्हॉईड्स तयार होत नाहीत

(d) वरीलसर्व

49. इन्सुलेट सामग्री म्हणून कागदासह गैरसोय आहे

(a) तेहायग्रोस्कोपिकआहे

(6) यात उच्च क्षमता आहे

(c) ही एक सेंद्रिय सामग्री आहे

(d) वरीलपैकी काहीही नाही

50. केबलचे ब्रेकडाउन व्होल्टेज अवलंबून असते

(a) आर्द्रतेची उपस्थिती

(b) कार्यरत तापमान

(c) व्होल्टेज लागू होण्याची वेळ

(d) वरीलसर्व

1. टेस्ला चे एकक आहे

(a) फील्ड ताकद

(b) अधिष्ठाता

(c) प्रवाहघनता

(d) प्रवाह

2. पारगम्य पदार्थ एक आहे

(a) जो एक चांगला कंडक्टर आहे

(6) जे वाईट कंडक्टर आहे

(c) जे एक मजबूत चुंबक आहे

(d) ज्यामधूनबलाच्याचुंबकीयरेषाअगदीसहजपणेजाऊशकतात

3. कमी राखीव क्षमता असलेले साहित्य तयार करण्यासाठी योग्य आहे

(a) कमकुवत चुंबक

(b) तात्पुरतेचुंबक

(c) कायम चुंबक

(d) वरीलपैकी काहीही नाही

4. आजूबाजूला चुंबकीय क्षेत्र अस्तित्वात आहे

(a) लोह

(b) तांबे

(c) ॲल्युमिनियम

(d) मूव्हिंगचार्जेस

5. फेराइट हे साहित्य आहेत.

(a) पॅरामॅग्नेटिक

(b) डायमॅग्नेटिक

(c) फेरोमॅग्नेटिक

(d) वरीलपैकी काहीही नाही

6. लोखंडी किंवा पोलाद मार्गाच्या तुलनेत हवेतील अंतरामध्ये ________ इलुक्टन्स आहे

(a) थोडे

(b) कमी

(c) जास्त

(d) शून्य

7. बलाच्या चुंबकीय रेषांची दिशा आहे

(a) दक्षिण ध्रुवापासून उत्तर ध्रुवापर्यंत

(b) उत्तरध्रुवापासूनदक्षिणध्रुवापर्यंत

(c) चुंबकाच्या एका टोकापासून दुसऱ्या टोकापर्यंत

(d) वरीलपैकी काहीही नाही

8. खालीलपैकी कोणते सदिश प्रमाण आहे?

(a) सापेक्ष पारगम्यता

(b) <u>चुंबकीयक्षेत्राचीतीव्रता</u>

(c) फ्लक्स घनता

(d) चुंबकीय क्षमता

9. ट्रान्समिशन लाईनचे दोन कंडक्टर समान विद्युत प्रवाह I विरुद्ध वाहतात दिशानिर्देश प्रत्येक कंडक्टरवर बल आहे

(a) 7 च्या प्रमाणात

(b) <u>X च्याप्रमाणात</u>

(c) कंडक्टरमधील अंतराच्या प्रमाणात

(d) I च्या व्यस्त प्रमाणात

10. चुंबकीय क्षेत्राने किंचित मागे टाकलेली सामग्री म्हणून ओळखले जाते

(a) फेरोमॅग्नेटिक सामग्री

(b) <u>डायमॅग्नेटिकसामग्री</u>

(c) पॅरामॅग्नेटिक सामग्री

(d) संचालन साहित्य

11. जेव्हा चुंबकीय क्षेत्रात लोखंडाचा तुकडा ठेवला जातो

(a) शक्तीच्या चुंबकीय रेषा त्यांच्या नेहमीच्या मार्गापासून दूर वाकल्या जातील तुकड्यापासून दूर

(b) <u>शक्तीच्याचुंबकीयरेषात्यांच्यानेहमीच्यामार्गापासूनदूरवाकतील तुकड्यातूनजा</u>

(c) चुंबकीय क्षेत्र प्रभावित होणार नाही

(d) लोखंडाचा तुकडा तुटतो

12. फ्लेमिंगचा डाव्या हाताचा नियम शोधण्यासाठी वापरला जातो

(a) विद्युत प्रवाह वाहून नेणाऱ्या कंडक्टरमुळे चुंबकीय क्षेत्राची दिशा

(b) सोलनॉइडमधील प्रवाहाची दिशा

(c) <u>चुंबकीयक्षेत्रामध्येविद्युतप्रवाहवाहूननेणाऱ्याकंडक्टरवरीलबलाचीदिशा</u>

(d) चुंबकीय ध्रुवाची ध्रुवता

13. चुंबकीकरणाच्या तीव्रतेचे चुंबकीकरण बलाचे गुणोत्तर म्हणून ओळखले जाते

(a) प्रवाह घनता

(b) <u>संवेदनशीलता</u>

(c) सापेक्ष पारगम्यता

(d) वरीलपैकी काहीही नाही

14. स्टीलचे चुंबकीकरण करणे सामान्य कठीण आहे कारण

(a) ते सहजपणे खराब होते

(6) त्यात उच्च पारगम्यता आहे
(c) त्यात उच्च विशिष्ट गुरुत्व आहे
(d) त्याचीकमीपारगम्यताआहे
15. डाव्या हाताचा नियम सहसंबंधित आहे
(a) प्रवाह, प्रेरित emf आणि कंडक्टरवरील बलाची दिशा
(b) चुंबकीय क्षेत्र, विद्युत क्षेत्र आणि कंडक्टरवरील बलाची दिशा
(c) सेल्फ इंडक्शन, म्युच्युअल इंडक्शन आणि कंडक्टरवरील बलाची दिशा
(d) प्रवाह, चुंबकीयक्षेत्रआणिकंडक्टरवरीलबलाचीदिशा
16. सापेक्ष पारगम्यतेचे एकक आहे
(a) हेन्री/मीटर
(b) हेन्री
(c) हेन्री/चौ. मी
(d) तेआकारहीनआहे
17. L लांबीच्या कंडक्टरमध्ये I विद्युतप्रवाह असतो, जेव्हा तो ठेवला जातो चुंबकीय क्षेत्राला रामांतर. कंडक्टरने अनुभवलेले बल असेल
(a) शून्य
(b) BLI
(c) B2LI
(d) BLI2
18. दोन लांब समांतर कंडक्टरमधील बल त्याच्या व्यस्त प्रमाणात आहे
(a) कंडक्टरची त्रिज्या
(b) एका कंडक्टरमध्ये विद्युत प्रवाह
(c) दोन कंडक्टरमधील विद्युत् प्रवाहाचे उत्पादन
(d) कंडक्टरमधीलअंतर
19. चुंबकत्वाच्या जलद उलथापालथीच्या अधीन असलेली सामग्री असावी
(a) मोठे क्षेत्र oiB-H लूप
(b) उच्चपारगम्यताआणिकमीहिस्टेरेसिसनुकसान
(c) उच्च सह-कार्यक्षमता आणि उच्च धारणा
(d) उच्च सहकारीता आणि कमी घनता
20. खालीलपैकी कोणती सामग्री चुंबकत्व टिकवून ठेवत नाही ते दर्शवा कायमस्वरूपी
(a) मऊलोह
(b) स्टेनलेस स्टील
(e) कडक पोलाद
(d) वरीलपैकी काहीही नाही

21. परमॅलॉयचा मुख्य घटक आहे
(a) कोबाल्ट
(b) क्रोमियम
(c) निकेल
(d) टंगस्टन
22. कायम चुंबकाचा वापर आहे. मध्ये केले नाही
(a) चुंबक
(6) ऊर्जा मीटर
(c) ट्रान्सफॉर्मर
(d) लाऊड-स्पीकर
23. पॅरामॅग्नेटिक सामग्रीमध्ये सापेक्ष पारगम्यता असते
(a) एकतेपेक्षा किंचित कमी
(b) एकतेच्या समान
(c) ऐक्यापेक्षाकिंचितजास्त
(d) त्या फेरोमॅग्नेटिक मेट रियाल्सच्या बरोबरीचे
25. ज्या पदार्थांची पारगम्यता मोकळ्या जागेच्या पारगम्यतेपेक्षा कमी असते म्हणून ओळखले जातात
(a) फेरोमॅग्नेटिक
(b) पॅरामॅग्नेटिक
(c) डायमॅग्नेटिक
(d) द्विध्रुवीय
27. डाव्या हाताच्या नियमात, तर्जनी नेहमी दर्शवते
(a) व्होल्टेज
(b) वर्तमान
(c) चुंबकीयक्षेत्र
(d) कंडक्टरवरील बलाची दिशा
28. खालीलपैकी कोणते लोहचुंबकीय पदार्थ आहे?
(a) टंगस्टन
(b) अ‍ॅल्युमिनियम
(c) तांबे
(d) निकेल
29. फेराइट्स चे उप-समूह आहेत
(a) चुंबकीय नसलेली सामग्री
(6) फेरो-चुंबकीय पदार्थ

(c) पॅरामॅग्नेटिक साहित्य
(d) फेरी-चुंबकीयसाहित्य
30. गिल्बर्ट चे एकक आहे
(a) इलेक्ट्रोमोटिव्ह बल
(b) चुंबकीयवाहनबल
(c) आचरण
(d) परवानगी
51. विजेच्या प्रमाणाचे एकक आहे
(a) अँपिअर-तास
(b) वॅट
(c) जूल
(d) कूलंब
52. Biot-savart च्या नियमात एक सामान्य बदल आहे
(a) Kirchhoffs कायदा
(b) लेन्झचा कायदा
(c) अँपिअरचाकायदा
(d) फॅराडेचे कायदे
53. मऊ लोहापासून चुंबक बनवण्याचा सर्वात प्रभावी आणि जलद मे आहे
(a) विद्युतप्रवाहवाहूननेणाऱ्याकॉइलच्याआतठेवणे
(b) प्रेरण
(c) कायम चुंबकाचा वापर
(d) दुसऱ्या चुंबकाने घासणे
54. शील्डिंग किंवा स्क्रीनिंग चुंबकत्वासाठी सामान्यतः वापरली जाणारी सामग्री आहे
(a) तांबे
(b) ॲल्युमिनियम
(c) मऊलोह
(d) पितळ

55. जर तांब्याची चकती मुक्तपणे निलंबित चुंबकीय सुईच्या खाली वेगाने फिरवली तर,

चुंबकीय सुई वेगाने फिरू लागते
(a) चकतीपेक्षा कमी परंतु विरुद्ध दिशेने
(b) डिस्कच्या समान आणि त्याच दिशेने
(c) डिस्कच्या समान आणि विरुद्ध दिशेने
(d) डिस्कपेक्षाकमीआणित्याचदिशेने

56. कायम चुंबक

(a) काहीपदार्थांनाआकर्षितकरतेआणिइतरांनादूरकरते

(b) सर्व पॅरामॅग्नेटिक पदार्थांना आकर्षित करते आणि इतरांना दूर करते

(c) फक्त फेरोमॅग्नेटिक पदार्थांना आकर्षित करते

(d) फेरोमॅग्नेटिक पदार्थांना आकर्षित करते आणि इतर सर्व पदार्थांना दूर करते

57. सामग्रीची धारणक्षमता (एक मालमत्ता) बांधकामासाठी उपयुक्त आहे

(a) कायमचुंबक

(b) ट्रान्सफॉर्मर

(c) चुंबकीय नसलेले पदार्थ

(d) इलेक्ट्रोमॅग्नेट्स

58. सामग्रीची सापेक्ष पारगम्यता स्थिर नसते.

(a) डायमॅग्नेटिक

(b) पॅरामॅग्नेटिक

(c) फेरोमॅग्नेटिक

(d) इन्सुलेट

59. पदार्थ हवेपेक्षा चुंबकीय प्रवाहाचे थोडे निकृष्ट वाहक आहेत.

(a) फेरोमॅग्नेटिक

(b) पॅरामॅग्नेटिक

(c) डायमॅग्नेटिक

(d) डायलेक्ट्रिक

60. चुंबकीयदृष्ट्या कठीण सामग्रीच्या बाबतीत हिस्टेरेसिस लूप अधिक आकारात असतो

चुंबकीय मऊ सामग्रीच्या तुलनेत.

(a) परिपत्रक

(b) त्रिकोणी

(c) आयताकृती

(d) वरीलपैकी काहीही नाही

61. चुंबकीय क्षण M चा आयताकृती चुंबक त्याच दोन तुकड्यांमध्ये कापला जातो लांबी, प्रत्येक तुकड्याचा चुंबकीय क्षण असेल

(आहे

(b) M/2

(c) 2 M

(d) M/4

62. एक कीपर वापरले जाते

(a) चुंबकीय रेषांची दिशा बदला

(b) प्रवाह वाढवणे

(c) गमावलेला प्रवाह पुनर्संचयित करा

(d) <u>प्रवाहासाठीबंदमार्गप्रदानकरा</u>

63. चुंबकीय क्षण म्हणजे a

(a) खांबाची ताकद

(6) वैश्विक स्थिरांक

(c) स्केलर प्रमाण

(d) <u>सदिशप्रमाण</u>

64. चुंबकीय क्षेत्रामध्ये कंडक्टरच्या क्रॉस-सेक्शनल क्षेत्राच्या बदलावर परिणाम होईल

(a) कंडक्टरची अनिच्छा

(b) कंडक्टरचा प्रतिकार

(c) <u>(a) आणि (b) दोन्हीएकाचप्रकारे</u>

(d) वरीलपैकी काहीही नाही

65. एकसमान चुंबकीय क्षेत्र आहे

(a) समांतर कंडक्टरच्या संचाचे क्षेत्र

(b) एकाच कंडक्टरचे क्षेत्र

(c) <u>क्षेत्रज्यामध्येचुंबकीयप्रवाहाच्यासर्वरेषासमांतरआणिसमानअंतरावरअसतात</u>

(d) वरीलपैकी काहीही नाही

66. मॅग्नेटो-मोटिव्ह फोर्स आहे

(a) रोमांचक कॉइलच्या दोन टोकांवरील व्होल्टेज

(b) विद्युत प्रवाहाचा प्रवाह

(c) <u>चुंबकीयक्षेत्राच्याएकाओळीनेस्वीकारलेल्यासर्वप्रवाहांचीबेरीज</u>

(d) एका रोमांचक कॉइलमधून चुंबकीय क्षेत्राचा रस्ता

91. खालीलपैकी कोणत्या सामग्रीसाठी संपृक्तता मूल्य सर्वात जास्त आहे?

(a) फेरोमॅग्नेटिक साहित्य

(6) पॅरामॅग्नेटिक साहित्य

(c) डायमॅग्नेटिक साहित्य

(d) <u>फेराइट्स</u>

92. चुंबकीय पदार्थांमुळे चुंबकीकरणाचा गुणधर्म प्रदर्शित होतो

(a) इलेक्ट्रॉनची कक्षीय गती

(b) इलेक्ट्रॉनची फिरकी

(c) <u>न्यूक्लियसचीफिरकी</u>

(d) यापैकी एक

93. खालीलपैकी कोणत्या पदार्थासाठी निव्वळ चुंबकीय क्षण शून्य असावा?

(a) डायमॅग्नेटिक साहित्य
(b) फेरीमॅग्नेटिक साहित्य
(c) <u>अँटीफेरोमॅग्नेटिकसाहित्य</u>
(d) अँटीफेरिमॅग्नेटिक साहित्य

94. जर विद्युत चुंबकाची आकर्षण क्षमता वाढेल
(a) कोर लांबी वाढते i
(b) कोर क्षेत्र वाढते
(c) प्रवाहाची घनता कमी होते
(d) <u>प्रवाहाचीघनतावाढते</u>

95. खालीलपैकी कोणते विधान बरोबर आहे?
(a) <u>फेराइट्सचीचालकताफेरोमॅग्नेटिकपदार्थांपेक्षाचांगलीअसते</u>
(b) फेरोमॅग्नेटिक पदार्थांची चालकता फेराइट्सपेक्षा चांगली असते
(c) फेराइट्सची चालकता खूप जास्त असते
(d) फेराइट्सची चालकता फेरोमॅग्नेटिक पदार्थांसारखीच असते

96. मध्ये तात्पुरते चुंबक वापरले जातात
(a) लाऊड स्पीकर
(b) जनरेटर
(c) मोटर्स
(d) <u>वरीलसर्व</u>

97. गोंगाटयुक्त सोलनॉइडची मुख्य कारणे आहेत
(a) प्रतिकर्षणामुळे शेवटी लॅमिनेशनमधून पंखा बाहेर पडण्याची प्रबळ प्रवृत्ती
शक्तीच्या चुंबकीय रेषांमध्ये
(b) असमान बेअरिंग पृष्ठभाग, घाण किंवा हलवण्याच्या दरम्यान असमान पोशाख झाल्याने
स्थिर भाग
(c) <u>वरीलदोन्ही</u>
(d) वरीलपैकी काहीही नाही

99. इलेक्ट्रोमॅग्नेटचा कोर असावा
(a) कमी जबरदस्ती
(6) उच्च संवेदनशीलता
(c) <u>वरीलदोन्ही</u>
(d) वरीलपैकी काहीही नाही

100. चुंबकाचे चुंबकत्व द्वारे नष्ट केले जाऊ शकते
(a) गरम करणे

(b) हातोडा मारणे

(c) दुसऱ्या चुंबकाच्या प्रेरक क्रियेद्वारे

(d) वरीलसर्वपद्धतींनी

1. "इलेक्ट्रोडवर मुक्त झालेल्या आयनचे वस्तुमान विजेच्या प्रमाणाशी थेट प्रमाणात असते".

वरील विधानाशी संबंधित आहे

(a) न्यूटनचा नियम

(b) फॅराडेचा इलेक्ट्रोमॅग्नेटिक नियम

(c) फॅराडेचाइलेक्ट्रोलिसिसचानियम

(d) गॉसचा कायदा

2. कोणत्याही पदार्थाच्या एक ग्रॅम सममूल्य मुक्त करण्यासाठी आवश्यक शुल्क _______ स्थिर म्हणून ओळखले जाते

(a) वेळ

(b) फॅरेडेचे

(c) बोल्टझमन

3. लीड-ऍसिड सेलच्या चार्जिंग दरम्यान

(a) त्याचेव्होल्टेजवाढते

(b) ते ऊर्जा देते

(c) त्याचा कॅथोड गडद चॉकलेटी तपकिरी रंगाचा होतो

(d) H2SO4 चे विशिष्ट गुरुत्व कमी होते

4. लीड-ऍसिड सेलची क्षमता त्याच्यावर अवलंबून नाही

(तापमान

(b) शुल्काचादर

(c) डिस्चार्जचा दर

(d) सक्रिय सामग्रीचे प्रमाण

5. चार्जिंग दरम्यान लीड-ऍसिड बॅटरीच्या इलेक्ट्रोलाइटचे विशिष्ट गुरुत्वाकर्षण

(a) वाढते

(b) कमी होते

(c) समान राहते

(d) शून्य होते

6. पूर्ण चार्ज झालेल्या लीडॅसिड बॅटरीच्या सकारात्मक आणि नकारात्मक प्लेट्सवरील सक्रिय पदार्थ आहेत

(a) शिसे आणि शिसे पेरोक्साइड

(b) शिसे सल्फेट आणि शिसे

(c) लीडपेरोक्साइडआणिशिसे

(d) वरीलपैकी काहीही नाही

7. जेव्हा लीड-ऍसिड बॅटरी पूर्णपणे चार्ज स्थितीत असते, तेव्हा तिचा रंग सकारात्मक असतो

प्लेट आहे

(a) गडद राखाडी

(b) तपकिरी

(c) गडदतपकिरी

(d) वरीलपैकी काहीही नाही

8. निकेल-लोखंडी बॅटरीची सक्रिय सामग्री आहे

(a) निकेल हायड्रॉक्साइड

(6) चूर्ण केलेले लोह आणि त्याचे ऑक्साईड

(c) KOH चे 21% द्रावण

(d) वरीलसर्व

9. लीड-ऍसिड सेलच्या वॅट-तास कार्यक्षमतेचे अँपिअर-तास कार्यक्षमतेचे गुणोत्तर आहे

(a) फक्त एक

(b) नेहमीएकापेक्षामोठे

(c) नेहमी एकापेक्षा कमी

(d) वरीलपैकी काहीही नाही.

10. लीड-ऍसिड बॅटरीवरील चार्ज स्थितीबद्दल सर्वोत्तम संकेत द्वारे दिले जाते

(a) आउटपुट व्होल्टेज

(b) इलेक्ट्रोलाइटचे तापमान

(c) इलेक्ट्रोलाइटचेविशिष्टगुरुत्व

(d) वरीलपैकी काहीही नाही

11. सामान्यतः इलेक्ट्रिक पॉवर स्टेशनमध्ये स्टोरेज बॅटरी वापरली जाते

(a) निकेल-कॅडमियम बॅटरी

(b) झिंक-कार्बन बॅटरी

(c) लीड-ऍसिडबॅटरी

(d) वरीलपैकी काहीही नाही

12. चार्जरचे आउटपुट व्होल्टेज आहे

(a) बॅटरी व्होल्टेजपेक्षा कमी

(b) बॅटरीव्होल्टेजपेक्षाजास्त

(c) बॅटरी व्होल्टेज प्रमाणेच

(d) वरीलपैकी काहीही नाही

13. सेल क्रमाने मालिकेत जोडलेले आहेत

(a) व्होल्टेजरेटिंगवाढवा

(6) वर्तमान रेटिंग वाढवा

(c) पेशींचे आयुष्य वाढवते

(d) वरीलपैकी काहीही नाही

14. पाच 2 V पेशी समांतर जोडलेले आहेत. आउटपुट व्होल्टेज आहे

(a) 1 व्ही

(6) 1.5 व्ही

(c) 1.75 V

(d) 2 V

15. बॅटरीची क्षमता नुसार व्यक्त केली जाते

(a) वर्तमान रेटिंग

(b) व्होल्टेज रेटिंग

(c) अँपिअर-तासरेटिंग

(d) वरीलपैकी काहीही नाही

16. निकेल-लोह सेलचे चार्जिंग आणि डिस्चार्जिंग दरम्यान

(a) संक्षारक धूर तयार होतो

(b) पाणीतयारहोतनाहीकिंवाशोषलेजातनाही

(c) निकेल हायड्रॉक्साइड अविभाजित राहते

(d) त्याचा emf स्थिर राहतो

17. स्थिर-वर्तमान प्रणालीच्या तुलनेत, लीड ॲसिड सेल चार्ज करण्याच्या स्थिर-व्होल्टेज प्रणालीचे फायदे आहेत

(a) चार्जिंगची वेळ कमी करणे

(b) पेशींची क्षमता वाढवणे

(c) दोन्ही (a) आणि (b)

(d) जास्त गॅसिंग टाळणे

18. मृत स्टोरेज बॅटरी द्वारे पुनरुज्जीवित केली जाऊ शकते

(a) डिस्टिल्ड वॉटर जोडणे

(6) तथाकथित बॅटरी रिस्टोरर जोडणे

(c) H2SO4 चा डोस

(d) वरीलपैकीकाहीहीनाही

19. लीड-ॲसिड सेलच्या तुलनेत, निकेल-लोह सेलची कार्यक्षमता त्याच्यामुळे कमी असते.

(a) कॉम्पॅक्टनेस

(b) कमी emf

(c) कमी प्रमाणात इलेक्ट्रोलाइट वापरले

(d) उच्चअंतर्गतप्रतिकार

20. स्टोरेज बॅटरीचे ट्रिकल चार्जिंग मदत करते

(a) योग्य इलेक्ट्रोलाइट पातळी राखणे

(b) त्याची राखीव क्षमता वाढवा

(c) सल्फेशन प्रतिबंधित करते

(d) तेताजेआणिपूर्णपणेचार्जकेलेलेठेवा

21. सेलचे जे पदार्थ रासायनिक संयोगात सक्रिय भाग घेतात आणि त्यामुळे चार्जिंग किंवा डिस्चार्जिंग दरम्यान वीज निर्माण करतात त्यांना _______ पदार्थ म्हणतात.

(a) निष्क्रिय

(b) सक्रिय

(c) अनावश्यक

(d) जड

22. लीड-ऍसिड सेलमध्ये सल्फ्यूरिक ऍसिड (इलेक्ट्रोलाइट) पातळ केले जाते, ज्यामध्ये अंदाजे खालील गोष्टींचा समावेश होतो

(a) एक भाग H2O, तीन भाग H2SO4

(b) दोन भाग H2O, दोन भाग H2SO4

(c) तीनभाग H2O, एकभाग H2SO4

(d) सर्व H2S04

23. हे लक्षात येते की ड्युरम चार्जिंग

(a) व्होल्टेजमध्ये वाढ होते

(b) ऊर्जा सेलद्वारे शोषली जाते

(c) H2SO4 चे विशिष्ट गुरुत्वाकर्षण वाढले आहे

(d) वरीलसर्व

24. हे लक्षात येते की डिस्चार्ज करताना खालील गोष्टी घडत नाहीत

(a) एनोड आणि कॅथोड दोन्ही PbS04 बनतात

(b) H2SO4 चे विशिष्ट गुरुत्व कमी होते

(c) सेलचे व्होल्टेज कमी होते

(d) पेशीऊर्जाशोषूनघेते

25. लीडसिड सेलची अँपिअर-तास कार्यक्षमता सामान्यतः दरम्यान असते

(अ) 20 ते 30%

(ब) 40 ते 50%

(c) 60 ते 70%

(d) <u>90 ते 95%</u>

26. लीड-ॲसिड सेलची वॅट-तास कार्यक्षमता दरम्यान बदलते

(a) 25 ते 35%

(ब) 40 ते 60%

(c) <u>70 ते 80%</u>

(d) 90 ते 95%

27. लीड-ॲसिड सेलची क्षमता मोजली जाते

(a) अँपिअर

(b) <u>अँपिअर-तास</u>

(c) वॅट्स

(d) वॅट-तास

28. लीड-ॲसिड सेलची क्षमता अवलंबून असते

(a) स्त्राव दर

(b) तापमान

(c) इलेक्ट्रोलाइटची घनता

(d) <u>वरीलसर्व</u>

29. जेव्हा लीड-ॲसिड सेल पूर्णपणे चार्ज होतो, तेव्हा इलेक्ट्रोलाइट _____ देखावा गृहीत धरतो

(a) निस्तेज

(b) लालसर

(c) तेजस्वी

(d) <u>दुधाळ</u>

30. एडिसन सेलचा ईएमएफ, पूर्ण चार्ज झाल्यावर, जवळपास असतो

(a) <u>1.4 V</u>

(b) 1 व्ही

(c) ०.९ व्ही

(d) ०.८ व्ही

31. अल्कली सेलचा अंतर्गत प्रतिकार लीडॅसिड सेलच्या जवळपास _____ पट असतो.

(a) दोन

(b) तीन

(c) चार

(d) <u>पाच</u>

32. अल्कली सेलसाठी सरासरी चार्जिंग व्होल्टेज सुमारे आहे

(a) 1 व्ही

(b) 1.2 V

(c) 1.7 V

(d) 2.1 V

33. एडिसन सेलची सरासरी एम्पीयर-तास कार्यक्षमता असते

(a) 40%

(ब) ६०%

(c) ७०%

(d) ८०%

34. चांदी-जस्त बॅटरीच्या सकारात्मक प्लेट्सची सक्रिय सामग्री आहे

(a) सिल्व्हरऑक्साईड

(b) लीड ऑक्साईड

(c) आघाडी

(d) झिंक पावडर

35. लीड-ऍसिड सेलचे आयुष्य जवळजवळ चार्ज आणि डिस्चार्ज असते

(a) 500

(b) 700

(c) 1000

(d) १२५०

36. एडिसन सेलचे आयुष्य किमान आहे

(a) पाचवर्षे

(b) सात वर्षे

(c) आठ वर्षे

(d) दहा वर्षे

37. लीड-ऍसिड सेलचा अंतर्गत प्रतिकार एडिसन सेलचा असतो

(a) पेक्षाकमी

(b) पेक्षा जास्त

(c) समान

(d) वरीलपैकी काहीही नाही

38. एडिसन सेलमध्ये वापरलेले इलेक्ट्रोलाइट आहे

(a) NaOH

(b) KOH

(c) HC1

(d) HN03

39. लीड-ऍसिड सेलमध्ये वापरलेले इलेक्ट्रोलाइट आहे

(a) NaOH

(b) फक्तH2S04

(c) फक्त पाणी

(d) H2SO4 पातळकरा

40. एडिसन सेलची निगेटिव्ह प्लेट बनलेली असते

(a) तांबे

(b) आघाडी

(c) लोह

(d) सिल्व्हर ऑक्साईड

41. कोणत्याही स्टोरेज सेलचे ओपन सर्किट व्होल्टेज पूर्णपणे अवलंबून असते

(a) त्याचे रासायनिक घटक

(b) त्याच्या इलेक्ट्रोलाइटच्या बळावर

(c) त्याचे तापमान

(d) वरीलसर्व

42. इलेक्ट्रोलाइटचे विशिष्ट गुरुत्व द्वारे मोजले जाते

(a) मॅनोमीटर

(6) एक यांत्रिक गेज

(c) हायड्रोमीटर

(d) सायक्रोमीटर

43. जेव्हा लीड-ऍसिड सेलच्या इलेक्ट्रोलाइटचे विशिष्ट गुरुत्व 1.1 ते 1.15 पर्यंत कमी होते तेव्हा सेल आत असतो.

(a) चार्ज केलेली अवस्था

(b) डिस्चार्जकेलेलीअवस्था

(c) दोन्ही (a) आणि (b)

(d) सक्रिय स्थिती

44. _______ सिस्टीममध्ये चार्जिंग करंट मधूनमधून एकतर नियंत्रित केला जातो कमाल किंवा किमान मूल्य

(a) दोनदरशुल्कनियंत्रण

(b) ट्रिकल चार्ज

(c) फ्लोटिंग चार्ज

(d) एक समान शुल्क

45. ओव्हर चार्जिंग

(a) जास्त गॅसिंग निर्माण करते

(b) सक्रिय सामग्री सैल करते

(e) तापमान वाढते परिणामी प्लेट्स बकल होतात

(d) वरीलसर्व
46. अंडरचार्जिंग
(a) इलेक्ट्रोलाइटचेविशिष्टगुरुत्वकमीकरते
(b) इलेक्ट्रोलाइटचे विशिष्ट गुरुत्व वाढवते
(c) जास्त गॅसिंग निर्माण करते
(d) तापमान वाढते
47. अंतर्गत शॉर्ट सर्किटमुळे होतात
(a) एक किंवा अधिक विभाजकांचे विघटन
(b) सेलच्या तळाशी गाळाचा अतिरिक्त संचय
(c) दोन्ही (a) आणि (b)
(d) वरीलपैकी काहीही नाही
48. सल्फेशनचा परिणाम म्हणजे अंतर्गत प्रतिकार
(a) वाढते
(b) कमी होते
(c) समान राहते
(d) वरीलपैकी काहीही नाही
49. प्लेट्सच्या पृष्ठभागावर लीड सल्फेटची अत्यधिक निर्मिती यामुळे होते
(a) बॅटरीला जास्त वेळ डिस्चार्ज स्थितीत उभी राहू देणे
(b) इलेक्ट्रोलाइटसह टॉप अप करणे
(c) सतत अंडरचार्जिंग
(d) वरीलसर्व
50. चार्ज दरम्यान विद्युत ऊर्जा साठवण्यासाठी जे पदार्थ एकत्र येतात त्यांना _______ पदार्थ म्हणतात.
(a) सक्रिय
(b) निष्क्रिय
(c) जड
(d) डायलेक्ट्रिक
1. खालीलपैकी कोणते ट्रान्सफॉर्मर बदलत नाही?
(a) वर्तमान
(b) व्होल्टेज
(c) वारंवारता
(d) वरील सर्व
2. ट्रान्सफॉर्मरमध्ये ऊर्जा प्राथमिक ते दुय्यम पर्यंत पोहोचविली जाते
(a) कूलिंग कॉइलद्वारे

(b) हवेद्वारे

(c) <u>प्रवाहाने</u>

(d) वरीलपैकी काहीही नाही

3. एक ट्रान्सफॉर्मर कोर लॅमिनेटेड आहे

(a) हिस्टेरेसिसचे नुकसान कमी करा

(b) <u>एडीवर्तमाननुकसानकमीकरा</u>

(c) तांब्याचे नुकसान कमी करा

(d) वरील सर्व नुकसान कमी करा

4. ट्रान्सफॉर्मरच्या लॅमिनेशनद्वारे तयार केलेल्या यांत्रिक कंपनांची डिग्री यावर अवलंबून असते

(a) क्लॅम्पिंगची घट्टपणा

(b) लॅमिनेशनचे गेज

(c) लॅमिनेशनचा आकार

(d) <u>वरीलसर्व</u>

5. ट्रान्सफॉर्मरने काढलेला नो-लोड करंट सामान्यतः पूर्ण लोड करंटच्या किती टक्के असतो?

(a) 0.2 ते 0.5 टक्के

(b) <u>2 ते 5 टक्के</u>

(c) 12 ते 15 टक्के

(d) 20 ते 30 टक्के

6. ट्रान्सफॉर्मरमध्ये चुंबकीय प्रवाहाचा मार्ग असावा

(a) उच्च प्रतिकार

(b) उच्च अनिच्छा

(c) कमी प्रतिकार

(d) <u>कमीअनिच्छा</u>

7. ट्रान्सफॉर्मरवर नो-लोड निश्चित करण्यासाठी चालते

(a) तांब्याचे नुकसान

(b) चुंबकीय प्रवाह

(c) <u>चुंबकीयप्रवाहआणितोटा</u>

(d) ट्रान्सफॉर्मरची कार्यक्षमता

8. ट्रान्सफॉर्मर ऑइलची डायलेक्ट्रिक ताकद असणे अपेक्षित आहे

(a) 1kV

(b) <u>33 kV</u>

(c) 100 kV

(d) 330 kV

9. निर्धारित करण्यासाठी ट्रान्स-फॉर्मर्सवर सम्पनरची चाचणी घेतली जाते

(a) तापमान

(b) भटके नुकसान

(c) दिवसभर कार्यक्षमता

(d) वरीलपैकी काहीही नाही

10. कोल्ड रोल्ड ग्रेन ओरिएंटेड स्टीलच्या बाबतीत परवानगीयोग्य फ्लक्स घनता जवळपास असते

(a) 1.7 Wb/m2

(b) 2.7 Wb/m2

(c) 3.7 Wb/m2

(d) 4.7 Wb/m2

11. ट्रान्सफॉर्मरची कार्यक्षमता तेव्हा जास्तीत जास्त असेल

(a) तांब्याचे नुकसान = हिस्टेरेसिसचे नुकसान

(b) हिस्टेरेसिस नुकसान = एडी वर्तमान नुकसान

(c) eddy current losses = तांब्याचे नुकसान

(d) तांब्याचेनुकसान = लोखंडाचेनुकसान

12. ट्रान्सफॉर्मरमध्ये नो-लोड करंट

(a) व्होल्टेजपेक्षासुमारे 75° मागेआहे

(b) व्होल्टेजला सुमारे 75° ने पुढे नेतो

(c) व्होल्टेजपेक्षा सुमारे 15° मागे आहे

(d) व्होल्टेजला सुमारे 15° ने नेतात

13. ट्रान्सफॉर्मरमध्ये लोखंडी कोर प्रदान करण्याचा उद्देश आहे

(a) विंडिंगला आधार द्या

(b) हिस्टेरेसिसचे नुकसान कमी करा

(c) चुंबकीयमार्गाचीअनिच्छाकमीकरा

(d) एडी वर्तमान नुकसान कमी करा

14. खालीलपैकी कोणता ट्रान्सफॉर्मर इंस्टॉलेशनचा भाग नाही?

(a) संरक्षक

(b) श्वास

(c) बुचोल्झ रिले

(d) उत्तेजक

15. ट्रान्सफॉर्मरवर शॉर्ट सर्किट चाचणी घेत असताना खालील बाजू शॉर्ट सर्किट झाली आहे

(a) उच्च व्होल्टेज बाजू

(b) कमीव्होल्टेजबाजू

(c) प्राथमिक बाजू

(d) दुय्यम बाजू

16. ट्रान्सफॉर्मरमध्ये खालील वळणांना अधिक क्रॉस-सेक्शनल क्षेत्र मिळाले आहे

(a) कमीव्होल्टेजवळण

(b) उच्च व्होल्टेज वळण

(c) प्राथमिक वळण

(d) दुय्यम वळण

17. ट्रान्सफॉर्मर बदलतो

(a) व्होल्टेज

(b) वर्तमान

(c) शक्ती

(d) वारंवारता

18. ट्रान्सफॉर्मर डीसी पुरवठ्याचे व्होल्टेज वाढवू किंवा कमी करू शकत नाही कारण

(a) DC व्होल्टेज बदलण्याची गरज नाही

(b) DC सर्किटचे जास्त नुकसान होते

(c)

फॅराडेचेइलेक्ट्रोमॅग्नेटिकइंडक्शनचेनियमवैधनाहीतकारणप्रवाहबदलण्याचादरशून्यआहे

(d) वरीलपैकी काहीही नाही

19. ट्रान्सफॉर्मरचे प्राथमिक वळण

(a) नेहमी कमी व्होल्टेज विंडिंग असते

(b) नेहमी उच्च व्होल्टेज विंडिंग असते

(c) एकतरकमीव्होल्टेजकिंवाउच्चव्होल्टेजवळणअसूशकते

(d) वरीलपैकी काहीही नाही

20. ट्रान्सफॉर्मरमध्ये कोणत्या वळणाला जास्त वळणे आहेत?

(a) कमी व्होल्टेज वळण

(b) उच्चव्होल्टेजवळण

(c) प्राथमिक वळण

(d) दुय्यम वळण

21. पॉवर ट्रान्सफॉर्मरची कार्यक्षमता क्रमाने असते

(a) 100 टक्के

(b) 98 टक्के

(c) 50 टक्के

(d) 25 टक्के

22. दिलेल्या लागू व्होल्टेजसाठी दिलेल्या ट्रान्सफॉर्मरमध्ये, लोड बदलांची पर्वा न करता स्थिर राहणारे नुकसान

(a) घर्षण आणि वाऱ्याचे नुकसान

(b) तांब्याचे नुकसान

(c) हिस्टेरेसिसआणिएडीवर्तमाननुकसान

(d) वरीलपैकी काहीही नाही

23. पॉवर ट्रान्सफॉर्मर थंड करण्याची एक सामान्य पद्धत आहे

(a) नैसर्गिक हवा थंड करणे

(b) एअर ब्लास्ट कूलिंग

(c) तेलथंडकरणे

(d) वरीलपैकी कोणतेही

24. ट्रान्सफॉर्मरमधील कोणतेही लोड करंट लागू व्होल्टेजपेक्षा सुमारे कोनाने मागे राहत नाही

(a) 180°

(b) 120″

(c) 90°

(d) 75°

25. ट्रान्सफॉर्मरमध्ये नियमित कार्यक्षमता अवलंबून असते

(a) पुरवठा वारंवारता

(b) लोड करंट

(c) लोडचा पॉवर फॅक्टर

(d) दोन्ही (b) आणि (c)

26. ट्रान्सफॉर्मरमध्ये संरक्षकाचे कार्य आहे

(a) ट्रान्सफॉर्मर थंड करण्यासाठी ताजी हवा द्या

(b) गरजेच्या वेळी ट्रान्सफॉर्मरला थंड तेलाचा पुरवठा करा

(c) गरमझाल्यामुळेतेलखर्चझाल्यावरट्रान्सफॉर्मरचेनुकसानहोण्यापासूनसंरक्षणकरा

(d) वरीलपैकी काहीही नाही

27. च्या रेटिंग पर्यंत ट्रान्सफॉर्मरसाठी नैसर्गिक तेल कूलिंग वापरले जाते

(a) 3000 kVA

(b) 1000 kVA

(c) 500 kVA

(d) 250 kVA

28. पॉवर ट्रान्सफॉर्मर जास्तीत जास्त कार्यक्षमतेसाठी डिझाइन केलेले आहेत

(a) जवळजवळपूर्णभार

(b) 70% पूर्ण भार

(c) 50% पूर्ण भार

(d) भार नाही

29. वितरण ट्रान्सफॉर्मरची कमाल कार्यक्षमता आहे

(a) भार नसताना

(b) 50% पूर्णलोडवर

(c) 80% पूर्ण लोडवर

(d) पूर्ण भाराने

30. ट्रान्सफॉर्मर श्वास घेतो तेव्हा

(a) त्यावरचा भार वाढतो

(b) त्यावरचाभारकमीहोतो

(c) भार स्थिर राहतो

(d) वरीलपैकी काहीही नाही

31. ट्रान्सफॉर्मरला नो-लोड करंट असतो

(a) उच्च परिमाण आणि कमी उर्जा घटक आहे

(b) उच्च परिमाण आणि उच्च शक्ती घटक आहे

(c) लहान परिमाण आणि उच्च शक्ती घटक आहे

(d) लहानपरिमाणआणिकमीउर्जाघटकआहे

32. समीप कॉइल दरम्यान स्पेसर प्रदान केले जातात

(a) कूलिंगऑइललामोफतरस्तापुरवणे

(b) कॉइल एकमेकांपासून इन्सुलेट करण्यासाठी

(c) दोन्ही (a) आणि (b)

(d) वरीलपैकी काहीही नाही

33. दुय्यम गळती प्रवाह जास्त

(a) दुय्यमप्रेरित emf कमीअसेल

(b) कमी प्राथमिक प्रेरित emf असेल

(c) कमी प्राथमिक टर्मिनल व्होल्टेज असेल

(d) वरीलपैकी काहीही नाही

34. स्टेप-अप ट्रान्सफॉर्मरमध्ये लोह कोर प्रदान करण्याचा उद्देश आहे

(a) प्राथमिक आणि दुय्यम यांच्यातील कपलिंग प्रदान करणे

(b) परस्पर प्रवाहाची परिमाण वाढवण्यासाठी

(c) मॅग-नेटायझिंगकरंटचीतीव्रताकमीकरण्यासाठी

(d) वरील सर्व वैशिष्ट्ये प्रदान करणे

35. पॉवर ट्रान्सफॉर्मर एक स्थिर आहे

(a) व्होल्टेज उपकरण

(b) वर्तमान उपकरण
(c) पॉवर उपकरण
(d) मुख्यप्रवाहसाधन

36. समांतर चालणारे दोन ट्रान्सफॉर्मर त्यांच्यानुसार लोड सामायिक करतील
(a) गळती प्रतिक्रिया
(b) प्रतियुनिटप्रतिबाधा
(c) कार्यक्षमता
(d) रेटिंग

37. जर R2 हा ट्रान्सफॉर्मरच्या दुय्यम वळणाचा रेझिस्टन्स असेल आणि K हा ट्रान्सफॉर्मेशन रेशो असेल तर प्राथमिकला संदर्भित समतुल्य दुय्यम रेझिस्टन्स असेल.
(a) R2/VK
(b) R2IK2
(c) R22!K2
(d) R22/K

38. समांतर काम करणारे ट्रान्सफॉर्मर ध्रुवीयतेच्या संदर्भात जोडलेले नसल्यास काय होईल?
(a) दोन ट्रान्सफॉर्मरचा पॉवर फॅक्टर सामान्य लोडच्या पॉवर फॅक्टरपेक्षा वेगळा असेल
(b) चुकीच्याध्रुवीयतेमुळेमृतशॉर्टसर्किटहोईल
(c) ट्रान्सफॉर्मर त्यांच्या kVA रेटिंगच्या प्रमाणात लोड शेअर करणार नाहीत
(d) वरीलपैकी काहीही नाही

39. समांतरपणे काम करणाऱ्या दोन ट्रान्सफॉर्मरची टक्केवारी प्रतिबाधा भिन्न असल्यास
(a) ट्रान्सफॉर्मर जास्त गरम केले जातील
(b) दोन्ही ट्रान्सफॉर्मरचे पॉवर फॅक्टर समान असतील
(c) समांतर ऑपरेशन शक्य होणार नाही
(d) समांतरऑपरेशनअजूनहीशक्यहोईल, परंतुदोनट्रान्सफॉर्मर ज्यापॉवरफॅक्टरवरचालताततेसामान्यलोडच्यापॉवरफॅक्टरपेक्षावेगळेअसतील.

40. ट्रान्सफॉर्मरमध्ये सामान्यतः टॅपिंग दिले जातात
(a) प्राथमिक बाजू
(b) दुय्यम बाजू
(c) कमीव्होल्टेजबाजू
(d) उच्च व्होल्टेज बाजू

41. ट्रान्सफॉर्मर डिझाइनमध्ये उच्च प्रवाह घनतेचा वापर
(a) प्रति kVA वजनकमीकरते
(6) लोहाचे नुकसान कमी करते

(c) तांब्याचे नुकसान कमी करते

(d) भाग लोड कार्यक्षमता वाढवते

42. ट्रान्सफॉर्मरसाठी ब्रीदरमध्ये वापरल्या जाणाऱ्या रसायनाचा दर्जा असावा

(a) आयनीकरण करणारी हवा

(b) ओलावाशोषूनघेणे

(c) ट्रान्सफॉर्मर तेल साफ करणे

(d) ट्रान्सफॉर्मर तेल थंड करणे.

43. श्वासामध्ये वापरले जाणारे रसायन आहे

(a) एस्बेस्टोस फायबर

(b) सिलिका वाळू

(c) सोडियम क्लोराईड

(d) सिलिकाजेल

45. ट्रान्सफॉर्मर रेटिंग सहसा संदर्भात व्यक्त केले जातात

(a) व्होल्ट

(b) अँपिअर

(c) kW

(d) kVA

46. चुंबकीय शक्तींनी सेट केलेल्या लॅमिनेशनच्या कंपनांमुळे होणाऱ्या आवाजाला असे म्हणतात.

(a) मॅग्नेटोस्ट्रिकेशन

(b) बू

(c) hum

(d) झूम

47. ट्रान्सफॉर्मरमधील हिस्टेरेसिस हानी CBmax = जास्तीत जास्त फ्लक्स घनता म्हणून बदलते)

(a) Bmax

(b) Bmax1-6

(C) Bmax1-83

(d) B कमाल

48. ट्रान्सफॉर्मर कोरच्या बांधकामासाठी वापरलेली सामग्री सामान्यतः आहे

(a) लाकूड

(b) तांबे

(c) ॲल्युमिनियम

(d) सिलिकॉनस्टील

49. ट्रान्सफॉर्मरमध्ये वापरल्या जाणाऱ्या लॅमिनेशनची जाडी सामान्यतः असते

(a) 0.4 मिमीते 0.5 मिमी

(b) 4 मिमी ते 5 मिमी

(c) 14 मिमी ते 15 मिमी

(d) 25 मिमी ते 40 मिमी

50. ट्रान्सफॉर्मरमधील संरक्षकाचे कार्य आहे

(a) अंतर्गत दोषाविरुद्ध प्रक्षेपित करणे

(b) तांबे तसेच मुख्य नुकसान कमी करण्यासाठी

(c) ट्रान्सफॉर्मर तेल थंड करण्यासाठी

(d)
सभोवतालच्यातापमानातीलफरकामुळेट्रान्सफॉर्मरतेलाचाविस्तारआणिआकुंचनयाचीकाळज

51. भारतात विद्युत उर्जा प्रसारित करण्यासाठी सर्वात जास्त व्होल्टेज आहे

(a) 33 kV.

(6) 66 kV

(c) 132 kV

(d) 400 kV

52. ट्रान्सफॉर्मरमध्ये त्याच्या प्राथमिक आणि दुय्यम दरम्यानचा प्रतिकार असतो

(a) शून्य

(b) 1 ओम

(c) 1000 ohms

(d) अनंत

53. ट्रान्सफॉर्मर तेल मुक्त असणे आवश्यक आहे

(a) गाळ

(b) गंध

(c) वायू

(d) ओलावा

54. बुचहोल्झ रिले वर स्थापित केले जाऊ शकते

(a) ऑटो-ट्रान्सफॉर्मर

(b) एअर कूल्ड ट्रान्सफॉर्मर

(c) वेल्डिंग ट्रान्सफॉर्मर

(d) तेलथंडकेलेलेट्रान्सफॉर्मर

55. ट्रान्सफॉर्मर तेलाचे पृथक्करण झाल्यामुळे गॅस सामान्यतः तेलाचे तापमान ओलांडत नाही तोपर्यंत मुक्त होत नाही

(अ) ५०° से

(b) 80°C

(c) 100°C

(d) 150°C

56. ट्रान्सफॉर्मरमध्ये हार्मोनिक्स तयार करण्याचे मुख्य कारण असू शकते

(a) चढउतार लोड

(b) खराब इन्सुलेशन

(c) यांत्रिक कंपने

(d) गाभ्याचेसंपृक्तता

57. डिस्ट्रिब्युशन ट्रान्सफॉर्मर साधारणपणे जास्तीत जास्त कार्यक्षमतेसाठी डिझाइन केलेले असतात

(a) 90% भार

(b) शून्य भार

(c) 25% भार

(d) 50% भार

58. ट्रान्सफॉर्मर कोरसाठी सामग्रीमध्ये खालीलपैकी कोणता गुणधर्म आवश्यक नाही?

(a) यांत्रिक शक्ती

(6) कमी हिस्टेरेसिस नुकसान

(c) उच्चथर्मलचालकता

(d) उच्च पारगम्यता

59. स्टार/स्टार ट्रान्सफॉर्मर जेव्हा समाधानकारकपणे काम करतात

(a) भार केवळ असंतुलित आहे

(b) लोडफक्तसंतुलितआहे

(c) संतुलित तसेच असंतुलित भारांवर

(d) वरीलपैकी काहीही नाही

60. डेल्टा/स्टार ट्रान्सफॉर्मर जेव्हा समाधानकारकपणे काम करतो

(a) लोड फक्त संतुलित आहे

(b) भार केवळ असंतुलित आहे

(c) संतुलिततसेचअसंतुलितभारांवर

(d) वरीलपैकी काहीही नाही

61. Buchholz च्या रिले चेतावणी आणि संरक्षण देते

(a) ट्रान्सफॉर्मरमध्येचविद्युतदोष

(b) आउटगोइंग फीडरमधील ट्रान्सफॉर्मरच्या बाहेर विद्युत दोष

(c) बाहेरील आणि आतील दोषांसाठी

(d) वरीलपैकी काहीही नाही

62. ट्रान्सफॉर्मरचा चुंबकीय प्रवाह सहसा लहान असतो कारण त्यात असतो

(a) लहानहवेतीलअंतर

(b) मोठ्या गळतीचा प्रवाह
(c) लॅमिनेटेड सिलिकॉन स्टील कोर
(d) कमी फिरणारे भाग

63. सामान्य ट्रान्सफॉर्मरमध्ये खालीलपैकी कोणता बदल होत नाही?
(a) वारंवारता
(b) व्होल्टेज
(c) वर्तमान
(d) वरीलपैकी कोणतेही

64. ट्रान्सफॉर्मर कोरसाठी खालीलपैकी कोणते गुणधर्म आवश्यक नाही?
(a) कमी हिस्टेरेसिस नुकसान
(b) उच्च पारगम्यता
(c) उच्चथर्मलचालकता
(d) पुरेशी यांत्रिक शक्ती

65. ट्रान्सफॉर्मरमधील लीकेज फ्लक्स यावर अवलंबून असते
(a) लोडकरंट
(b) लोड करंट आणि व्होल्टेज
(c) लोड करंट, व्होल्टेज आणि वारंवारता
(d) लोड करंट, व्होल्टेज, वारंवारता आणि पॉवर फॅक्टर

66. ट्रान्सफॉर्मरमध्ये चुंबकीय प्रवाहाचा मार्ग असावा
(a) उच्च अनिच्छा
(b) कमीप्रतिक्रिया
(c) उच्च प्रतिकार
(d) कमी प्रतिकार

67. ट्रान्सफॉर्मरमधील आवाज पातळी चाचणी म्हणजे a
(a) विशेष चाचणी
(b) नियमित चाचणी
(c) प्रकारचाचणी
(d) वरीलपैकी काहीही नाही

68. खालीलपैकी कोणती ट्रान्सफॉर्मरची नियमित चाचणी नाही?
(a) कोर इन्सुलेशन व्होल्टेज चाचणी
(b) प्रतिबाधा चाचणी
(c) रेडिओहस्तक्षेपचाचणी
(d) ध्रुवीयता चाचणी

69. ट्रान्सफॉर्मरमध्ये शून्य व्होल्टेजचे नियमन असू शकते

(a) <u>अग्रगण्यशक्तीघटक</u>

(b) लॅगिंग पॉवर फॅक्टर

(c) युनिटी पॉवर फॅक्टर

(d) शून्य उर्जा घटक

70. हेलिकल कॉइलचा वापर केला जाऊ शकतो

(a) <u>उच्च kVA ट्रान्सफॉर्मरचीकमीव्होल्टेजबाजू</u>

(b) उच्च वारंवारता ट्रान्सफॉर्मर

(c) लहान क्षमतेच्या ट्रान्सफॉर्मरची उच्च व्होल्टेज बाजू

(d) उच्च kVA रेटिंग ट्रान्सफॉर्मरची उच्च व्होल्टेज बाजू

85] 240V स्त्रोताशी जोडलेले असताना हीटर 8A चा विद्युतप्रवाह काढतो] ohms मध्ये हीटर घटकाचे प्रतिरोध मूल्य काय आहे?

अ] 40

ब] २०

क] <u>30</u>

ड] 60

86] 80 ohms हीटिंग एलिमेंटसह इलेक्ट्रिक सोल्डरिंग लोह 240V आउटलेटमध्ये जोडलेले आहे] लोखंडाद्वारे किती विद्युत प्रवाह काढला जाईल?

अ] २ अ

ब] <u>3अ</u>

C] 4A

ड] 5अ

87] कारमधील अल्टरनेटर 4A वितरीत करतो आणि त्याच्या टर्मिनल्समध्ये 3 ohms चा भार जोडलेला असतो] सर्किटचे व्होल्टेज शोधा

A] 18V

ब] 24V

C] <u>12V</u>

D] 16V

88] 1K ohms, 2K ohms आणि 7K ohms चे तीन प्रतिरोधक 30 V पुरवठ्यासह मालिकेत जोडलेले आहेत] जर 2 K ohms आणि 7 K ohms रोधक ओपन सर्किट केलेले असतील, तर 7K ohms रेझिस्टरला जोडलेले एक व्होल्टमीटर सूचित करेल ...

A] 10 k ohms, 3A

ब] 10 k ohms, 300mA

C] <u>10 k ohms, 3 mA</u>

D] 5 k ohms, 6 mA

89] एक व्होल्टेज स्रोत 20 ohms प्रतिकारांवर 40V चा IR ड्रॉप, 30 ohms resistance मध्ये 60V आणि 90 ohms resistance मध्ये 180V सर्व मालिका तयार करतो] लागू व्होल्टेज किती आहे?

अ] 180 वी

ब] 240 व्ही

क] 100 व्ही

D <u>] 280 V</u>

90] तीन रोधक 27 ohms, 47 ohms आणि 68 ohms समांतर जोडलेले आहेत] ओटल रेझिस्टन्स म्हणजे काय?

A] <u>27 ohms पेक्षाकमी</u>

ब] 68 ohms पेक्षा जास्त

C] 27 आणि 47 ohms दरम्यान

D] तीनही प्रतिकारांची बेरीज

91] एक दशलक्ष आणि एक mege ohms प्रतिरोधक दोन्ही समांतर जोडलेले असल्यास, एकत्रित प्रतिरोध मूल्य किती असेल?

अ] <u>०.५मेगाओम</u>

ब] ०.५ मिली ओम

C] ०.५ किलो ओम

ड] ०.५ ओम

92] 24 ohms आणि 8 ohms समांतर प्रतिरोधकांना एकत्रित प्रतिरोध प्राप्त होतो ...

अ] <u>6 ओम</u>

ब] 12 ओम

C] 3 ohms

D] 32 ohms

93] खालील मूल्यांचे प्रतिरोधक समांतरपणे जोडलेले आहेत, 5 ohms, 5 kilo-ohms, 50 kilo-ohms, 5 mega ohms] त्यांचा समतुल्य प्रतिकार ... च्या अगदी जवळ असेल.

अ] <u>४.५ओम</u>

B] 4500 ohms

C] 45000 ohms

D] 4,500,000 ohms

94] दिलेल्या वायरचा रेझिस्टन्स 2 ohms आहे] दुप्पट लांबी आणि क्रॉस सेक्शनल एरिया दुप्पट असलेल्या समान सामग्रीपासून बनवलेल्या इतर वायरचा रेझिस्टन्स...

अ] ५ ओम

ब] 6 ओम

C <u>] 2 ohms</u>

ड] 8 ओम

95] दिलेल्या लांबीच्या धातूच्या ताराचे क्षेत्रफळ दुप्पट असल्यास, त्याची प्रतिकारशक्ती...

अ] दुप्पट व्हा

ब] <u>अर्धवटकरणे</u>

क] तसाच राहतो

ड] चार पट जास्त असू द्या

96].खालीलपैकी फक्त एक रेझिस्टन्स वायर मानली जाते

अ] सोने

ब] चांदी

क] <u>निक्रोम</u>

ड] तांबे

97] जेव्हा विरुद्ध ध्रुवीयतेच्या इलेक्ट्रोड्समधील हवा बनते तेव्हा आर्क गरम होते.

अ] ओलावलेला

ब] कोरडे

क] <u>आयनीकृत</u>

D] वरीलपैकी काहीही नाही

98] भट्टीचे तापमान मोजण्यासाठी वापरले जाणारे मीटर...

अ] हायड्रोमीटर

ब] <u>पायरोमीटर</u>

क] हायग्रोमीटर

ड] टॅकोमीटर

99] इलेक्ट्रोलाइटच्या बाबतीत तापमानात वाढ होते...

अ] <u>प्रतिकारशक्तीकमीहोणे</u>

ब] प्रतिकारशक्ती वाढणे

सी] प्रतिकार मध्ये कोणताही बदल नाही

D] वरीलपैकी काहीही नाही

100] कंडक्टरमध्ये विकसित होणारी उष्णता याच्या प्रमाणात असते...

अ] शक्तीचा वर्ग

ब] प्रतिकाराचा चौरस

C] <u>प्रवाहाचावर्ग</u>

ड] वेळेचा वर्ग

101] खाली दिलेल्या चार धातू/मिश्रधातूंपैकी, तापमान बदलाच्या प्रतिकारामध्ये जवळजवळ कोणताही बदल होत नाही...

अ] निकेल

ब] निक्रोम

क] प्लॅटिनम

ड] मँगॅनिन

102] चुंबकाने किंचित मागे टाकलेल्या पदार्थाला म्हणतात...

अ] चुंबकीय

ब] पॅरामॅग्नेटिक

क] डायमॅग्नेटिक

ड] फेरोमॅग्नेटिक

103] ज्या पदार्थाचे चुंबकीकरण अगदी थोडेसे करता येते त्याला म्हणतात...

अ] चुंबकीय

ब] पॅरामॅग्नेटिक

क] डायमॅग्नेटिक

ड] फेरोमॅग्नेटिक

104] जे पदार्थ सहज चुंबक बनवता येतात आणि अतिशय मजबूत चुंबक बनवतात त्यांना...

अ] फेरोमॅग्नेटिक

ब] डायमॅग्नेटिक

क] पॅरामॅग्नेटिक

ड] कायम चुंबकीय

105] उच्च राखणक्षमता असलेला पदार्थ उत्पादनासाठी वापरला जाऊ शकतो ...

अ] इलेक्ट्रोमॅग्नेट्स

ब] कायमचुंबक

C] तात्पुरते चुंबक

ड] परमचुंबक

106] कमी राखीव क्षमता असलेला पदार्थ उत्पादनासाठी वापरला जाऊ शकतो ...

अ] इलेक्ट्रोमॅग्नेट्स

ब] कायम चुंबक

क] बार चुंबक

ड] परमचुंबक

107] इंडक्टन्सचे चिन्ह आहे ...

अ] एच

ब] मी

क] एल

ड] एक्स

108] ट्यूब लॅम्प चोक हे याचे उत्तम उदाहरण आहे...

अ] ओपन सर्किट केलेले

ब] <u>शॉर्टसर्किटझाले</u>

क] ग्राउंड केलेले

D] तटस्थ रेषेशी जोडलेले

109] ट्यूब लाईट सर्किटमधील चोकचे प्रारंभिक कार्य म्हणजे...

अ] प्रारंभ करंट मर्यादित करा

ब] <u>उच्चव्होल्टेजप्रेरितकरा</u>

C] फिलामेंट गरम करा

डी] सुरू केल्यानंतर विद्युत प्रवाह मर्यादित करा

110] ट्यूब लाईट सर्किटमधील चोकचे दुसरे कार्य म्हणजे...

अ] प्रारंभ करंट मर्यादित करा

ब] उच्च व्होल्टेज प्रेरित करा

C] फिलामेंट गरम करा

डी] <u>सुरूकेल्यानंतरविद्युतप्रवाहमर्यादितकरा</u>

111] पासून लाटेची नियतकालिक वेळ 2ms आहे] वारंवारता मोजा

A] 50 HZ

ब] 5 HZ

C] <u>500HZ</u>

ड] 5 KHZ

112] 220 व्होल्ट्सच्या प्रभावी मूल्यासह साइन-वेव्हचे शिखर मोठेपणा किती मोठे आहे?

अ] <u>311 व्ही</u>

ब] 380 व्ही

क] 400 व्ही

ड] 440 व्ही

113] पीक-टू-पीक व्होल्टेज 99V आहे] साइन वेव्हचे प्रभावी मूल्य किती मोठे आहे?

अ] 70 वी

ब] 44.5V

क] 49.5 व्ही

ड] <u>35 व्ही</u>

114] एक हलणारी कॉइल व्होल्टमीटर 10 V AC वाचतो] प्रभावी व्होल्टेज किती मोठा आहे?

अ] उच्च

ब] कमी

क] <u>समान</u>

ड] 10% जास्त

115] हलणारे लोखंडी ammeter 10 A वाचते] दोलनाचा शिखर प्रवाह किती मोठा आहे?

अ] ७.०७ अ

ब] 1.1414A

क] ७०.७ अ

ड] <u>14.1 अ</u>

116] 2 amps चा विद्युत् प्रवाह 10 ohms च्या resistance मधून वाहतो] resistance मध्ये dissipated power is equal to...

अ] 20 वॅट्स

ब] 200 वॅट्स

C] <u>40 वॅट्स</u>

ड] 5 वॅट्स

117] व्होल्टेज स्थिर ठेवून वारंवारता 50 HZ वरून 100 HZ पर्यंत बदलल्यास, पुरवठ्याशी जोडलेल्या कॉइलची प्रेरक अभिक्रिया...

अ] समान राहते

ब] अर्धा होणे

क] <u>दुप्पटहोतात</u>

ड] 4 वेळा होतात

118] क्षमता प्रभावित होत नाही ...

अ] प्लेट क्षेत्र

ब] प्लेट्समधील अंतर

क] द्वंद्वात्मक साहित्य

ड] <u>वारंवारता</u>

119] कॅपेसिटरची कॅपेसिटिव्ह प्रतिक्रिया बदलते...

अ] थेट वारंवारतेसह

ब] <u>वारंवारतेसहउलट</u>

सी] थेट लागू व्होल्टेजसह

डी] लागू व्होल्टेजसह उलट

120] एका कॅपेसिटरला 6 व्होल्ट्स लागू केल्यावर 3 कूलॉम्ब चार्ज मिळतो] त्याची कॅपॅसिटन्स आहे ...

अ] ०.५फॅराड

ब] 3 फराद

क] 3 फराद

ड] 18 फराद

121] एक कॅपेसिटर 200 व्होल्ट एसी लाईनवर जोडलेला असतो, त्याची किमान व्होल्टेज रेटिंग असावी...

अ] 100 व्होल्ट

ब] 200 व्होल्ट

C] 300 व्होल्ट

ड] 400 व्होल्ट

122] ओममीटरने कॅपेसिटरची चाचणी करताना, मीटर काही प्रतिकार दर्शवतो] चाचणी अंतर्गत कॅपेसिटर आहे...

अ] गळती

ब] उघडा

क] चांगले

ड] लहान

123] 80 मायक्रो फॅराड कॅपेसिटरसह मालिकेत जोडलेल्या 40 मायक्रो फॅराड कॅपेसिटरची एकूण कॅपेसिटन्स आहे...

अ] 26.7 मायक्रोफॅराड

ब] 40 मायक्रो फॅराड

C] 60.6 मायक्रो फॅराड

ड] 120 मायक्रो फॅराड

124] 3 मायक्रो फॅराड कॅपेसिटरपैकी 3 नग मधून 1 मायक्रो फॅराड कॅपेसिटर मिळविण्यासाठी आपल्याला कनेक्ट करावे लागेल ...

अ] सर्व समांतर

ब] सर्वमालिका

C] 2 मालिका आणि एक समांतर

D] वरीलपैकी काहीही नाही

125] R आणि C असलेल्या AC सिरीज सर्किटमध्ये कॅपेसिटरमधून वाहणारा विद्युतप्रवाह असेल...

अ] व्होल्टेज मागे पडणे

ब] व्होल्टेजअग्रगण्य

सी] व्होल्टेजसह टप्प्यात

D] वरीलपैकी काहीही नाही

126] आरसी सिरीज सर्किटमध्ये पुरवठ्याची वारंवारता वाढल्यास कॅपेसिटिव्ह रिॲक्टन्स असेल

अ] कमीकेले

ब] वाढले

क] कोणताही परिणाम होत नाही

D] वरीलपैकी काहीही नाही

127] पॉवर कंपन्यांना पॉवर फॅक्टरमध्ये सुधारणा करण्यात रस आहे

अ] रेषाप्रवाहकमीकरा

ब] मोटर कार्यक्षमता वाढवा

C] व्होल्ट-अँपिअर वाढवा

ड] शक्ती कमी

128] कॅपेसिटर AC मोटर लोडचे पॉवर फॅक्टर मूल्य वाढवते जेव्हा ते जोडलेले असते...

अ] मोटरसह मालिकेत

ब] स्टार्टरसह मालिकेत

C] मोटरच्यासमांतर

डी] मुख्य वळण असलेल्या मालिकेत

129] सामान्यतः, इनॅन्डेन्सेंट लाइटिंग सर्किटचा पॉवर फॅक्टर असतो..

अ] ०

ब] ०.५

क] ०.७०७

ड] १.०

130] जेव्हा आरएलसी मालिका सर्किटमध्ये विद्युतप्रवाह निश्चित करण्यासाठी एकट्या प्रतिकाराचा वापर केला जातो, तेव्हा सर्किट...

अ] एक प्रेरक सर्किट

ब] एक कॅपेसिटिव्ह सर्किट

क] एक संयोजन सर्किट

डी] एकरेझोनंटसर्किट

131] प्रेरक प्रतिक्रिया थेट संबंधित आहे..

अ] प्रतिकार

ब] वारंवारता

क] कॅपेसिटन्स

ड] शक्ती

132] पॉवर फॅक्टर सुधारण्यासाठी सिंक्रोनस मोटर वापरली जाते तेव्हा ...

अ] उत्तेजित

ब] <u>अतिउत्साहीत</u>
क] भारित
ड] लोड न करता धावणे
133] RL समांतर सर्किटमध्ये, एकूण विद्युत् प्रवाहाच्या विरोधाला...
अ] प्रतिक्रिया
ब] प्रतिकार
C] सदिश बेरीज
ड] <u>प्रतिबाधा</u>
134] AC समांतर RL सर्किटमध्ये, पॉवर येथे विसर्जित होते
अ] प्रतिबाधा
ब] <u>प्रतिकार</u>
क] अधिष्ठाता
ड] कॅपेसिटन्स
135] कार्बन झिंक सेलचे नाममात्र आउटपुट व्होल्टेज किती असते?
A] 12V
ब] <u>1.5V</u>
C] 2.0V
D] 2.2V
136] सेल या मालिकेत जोडलेले आहेत..
अ] <u>आउटपुटव्होल्टेजवाढवा</u>
ब] आउटपुट व्होल्टेज कमी करते
C] अंतर्गत प्रतिकार कमी करा
ड] वर्तमान क्षमता वाढवा
54137 मध्ये कनेक्ट केले
अ] मालिका
ब] <u>समांतर</u>
क] मालिका-समांतर
ड] समांतर-मालिका
138] सेलची क्षमता मोजली जाते
अ] वॅट-तास
ब] वॅट्स
क] अँपिअर
ड] <u>अँपिअर-तास</u>
139] सर्वात कमी शेल्फ लाइफ असलेली प्राथमिक सेल आहे
अ] <u>कार्बन – जस्त</u>

ब] अल्कधर्मी

क] पारा

ड] लिथियम

140] ज्या सेलमध्ये दिलेल्या वजनासाठी किंवा व्हॉल्यूमसाठी खूप जास्त ऊर्जा घनता असते

अ] कार्बन-जस्त

ब] अल्कधर्मी

क] पारा

D] लिथियम

141] 100-Ah क्षमतेच्या बॅटरीने अंदाजे...

अ] 12 ता

ब] 8 ता

क] 20 ता

ड] 100 ता

142] जेव्हा बॅटरी जास्त काळ निष्क्रिय ठेवायची असते तेव्हा...

अ] बॅटरी जास्त चार्ज करा

ब] इलेक्ट्रोलाइट काढून टाका

क] प्लेट्स डिस्टिल्ड वॉटरने स्वच्छ करा

D] त्यांनावाळवाआणिबॅटरीथंडकोरड्यास्वच्छठिकाणीसाठवा

143] निकेल आयर्न सेलचे सक्रिय पदार्थ आहेत...

अ] निकेल हायड्रॉक्साइड

ब] चूर्ण केलेले लोह आणि त्याचे ऑक्साईड

क] कॉस्टिक पोटॅशचे 21% द्रावण

ड] वरीलसर्वसाहित्य

144] सेलची क्षमता मोजली जाते

अ] वॅट तास

ब] वॅट्स

क] अँपिअर

ड] अँपिअर-तास

145] दुय्यम सेल चार्ज करण्यासाठी, प्रणाली वापरली जाते

अ] कमी व्होल्टेज एसी

ब] उच्च व्होल्टेज एसी

क] एसी

ड] डीसी

146] सामान्य औद्योगिक पुरवठा प्रणालीतील टप्प्यांची संख्या किती आहे?

अ] एक

ब] तीन

क] चार

ड] दोन

147] 3 फेज स्टार कनेक्ट अल्टरनेटरमध्ये, कॉइलमध्ये फेज फरक असतो ...

अ] 120◦

ब] 240◦

क] 60◦

ड] 360◦

148] खालीलपैकी कोणतेही डेल्टा कनेक्शन वापरले जात नाही

अ] ट्रान्समिशन लाइन ट्रान्सफॉर्मरचे प्राथमिक

ब] अल्टरनेटर विंडिंग

C] वितरण ट्रान्सफॉर्मरचे दुय्यम

डी] वितरणट्रान्सफॉर्मरचेप्राथमिक

149] 3-फेज असंतुलित भार प्रणालीमध्ये शक्ती मोजण्यासाठी कोणती पद्धत वापरली जाऊ शकते?

अ] एक वॉटमीटर पद्धत

ब] टोवॅटमीटरपद्धत

क] तीन वॅटमीटर पद्धत

ड] तीन ammeter पद्धत

150] 3-फेज, 3 वायर सिस्टममध्ये 3-हॅस पॉवर मोजण्यासाठी दोन वॅटमीटर वापरले जाऊ शकतात ...

अ] संतुलित भार

ब] असंतुलित भार

C] संतुलिततसेचअसंतुलितभार

ड] संतुलित भार बाहेर

151] 3-फेज सिस्टीममध्ये जेव्हा लोड असेल तेव्हाच वीज मोजण्यासाठी एकल वॉटमीटर वापरता येते.

अ] संतुलित

ब] असंतुलित

C] संतुलित तसेच असंतुलित भार

ड] स्थिर

152] सूचक साधनामध्ये पॉइंटरची हालचाल निर्माण करणाऱ्या शक्तीला असे म्हणतात...

अ] विक्षेपणशक्ती

ब] नियंत्रण शक्ती

क] ओलसर बल

ड] विचलित करणारी शक्ती

153] कायम चुंबक हलवणारे कॉइल इन्स्ट्रुमेंट वाचेल...

अ] फक्त एसी परिमाण

ब] फक्त DC प्रमाण

C] AC आणि DC दोन्ही प्रमाण

ड] धडधडणारे प्रमाण

154] गुरुत्वाकर्षण नियंत्रण वापरणारे साधन .. मध्ये वापरले तर ते बरोबर वाचेल.

अ] फक्तउभ्यास्थितीत

ब] फक्त क्षैतिज स्थिती

क] केवळ झुकलेली स्थिती

ड] कोणतेही पद

155] कायमस्वरूपी चुंबक हलविणाऱ्या कॉइल उपकरणामध्ये खालीलपैकी कोणती ओलसर पद्धत वापरली जाते?

अ] हवा ओलावणे

ब] द्रवपदार्थ ओलावणे

क] स्प्रिंग ओलसर

ड] एडीकरंटडॅम्पिंग

156] मूव्हिंग कॉइल इन्स्ट्रुमेंट ... च्या प्रभावावर कार्य करते.

अ] रासायनिक प्रभाव

ब] हीटिंग इफेक्ट

सी] इलेक्ट्रोस्टॅटिक प्रभाव

ड] इलेक्ट्रोमॅग्नेटिकप्रभाव

157] विद्युत उर्जा मोजण्यासाठी तुमच्या घरी बसवलेले मीटर हे याचे उदाहरण आहे...

अ] संकेत प्रकार साधन

ब] रेकॉर्डिंग प्रकारचे साधन

C] सूचितकरणारेतसेचरेकॉर्डिंगप्रकाराचेसाधन

डी] इंटिग्रेटिंग टाईप इन्स्ट्रुमेंट

158]. कायम चुंबकासाठी खालीलपैकी कोणत्या साहित्याला प्राधान्य दिले जाते?

अ] अल्निको

ब] य - मिश्रधातू
C] सिलिकॉन स्टील
ड] लोह
159] ज्या वाद्याचे निरपेक्ष साधन म्हणून वर्गीकरण केले जाऊ शकते ते आहे...
अ] मिली ammeter
ब] सूक्ष्म ammeter
C] गॅल्व्हानोमीटर
ड] स्पर्शिकागॅल्व्हनोमर
160] खालीलपैकी कोणत्या पद्धतीचा वापर लोखंडी यंत्रामध्ये सामान्यतः केला जातो?
अ] हवाओलावणे
ब] द्रवपदार्थ ओलावणे
क] एडी करंट डॅम्पिंग
ड] स्निग्धता भिजवणे
161] फिरत्या लोखंडी उपकरणाचा विक्षेपित टॉर्क थेट प्रमाणात असतो.
अ] प्रवाह
ब] प्रवाहाचावर्ग
C] प्रवाहाचे वर्गमूळ
ड] व्होल्टेज
162]मध्यम प्रतिरोधकता थेट मोजण्यासाठी खालीलपैकी कोणता वापरला जातो?
अ] ammeter
ब] मेगर
क] ओममीटर
ड] व्होल्टमीटर
163] ओममीटर मोजण्यासाठी वापरले जाते ...
अ] इन्सुलेशन प्रतिरोध
ब] प्रतिकार
क] प्रवाह
ड] संभाव्य फरक
164] खालीलपैकी कोणता घटक ओममीटरचा भाग नाही?
अ] स्थिर रोधक
ब] व्हेरिएबल रेझिस्टर
C] कपॅसिटर
डी] बॅटरी
165] शंट ओममीटरमध्ये, कमाल विक्षेपण दर्शवते..

अ] कमालप्रतिकार

ब] किमान प्रतिकार

क] मेगर मध्ये एक दोष

ड] यापैकी नाही

166].अज्ञात DC व्होल्टेज मोजायचे आहे, तुम्ही प्रथम कोणती मापन श्रेणी निवडाल?

A] 500V

ब] 50V

क] 1.5 व्ही

ड] 0.5V

167].मायक्रो अँपिअर रेटिंगचा अज्ञात डायरेक्ट करंट मोजायचा आहे, तुम्ही प्रथम कोणती मापन श्रेणी निवडाल?

अ] 20 मायक्रो अँप

ब] 15 मायक्रो अँप

C] 150 मायक्रो अँप

डी] 500 मायक्रोअँप

168] मल्टीमीटर मोजू शकत नाही...

अ] प्रवाह

ब] संभाव्य फरक

C] c apacitance

ड] प्रतिकार

169] डायनॅमोमीटर प्रकार मोजण्यासाठी वापरले जातात ...

अ] फक्त एसी परिमाण

ब] फक्त DC प्रमाण

C] AC आणि DC दोन्ही

ड] फक्त स्पंदन करणारा एसी

170] वॉटमीटरमध्ये कोणता प्रभाव वापरला जातो?

अ] इलेक्ट्रोडायनामिकप्रभाव

ब] थर्मल इफेक्ट

क] रासायनिक प्रभाव

ड] इलेक्ट्रोस्टॅटिक प्रभाव

171] खाली सूचीबद्ध केलेले कोणते वाद्य AC आणि DC दोन्हीमध्ये वॉटमीटर म्हणून कार्यक्षमतेने कार्य करते?

A] PMMC साधन

ब] डायनामोमीटरवाद्य

क] गरम तार वाद्य

डी] एमआय इन्स्ड्रुमेंट

172] इलेक्ट्रोडायनामिक प्रकारचे साधन सामान्यतः मोजण्यासाठी वापरले जाते ...

अ] व्होल्टेज

ब] प्रवाह

C] प्रतिकार D]

173] जेव्हा उर्जा मीटरचा फेज आणि न्यूट्रल अदलाबदल होतो तेव्हा त्याची डिस्क...

अ] उलटदिशेनेफिरते

B] योग्य दिशेने फिरते

क] थांबेल

ड] हळूहळू फिरते

ई] उच्च वेगाने फिरते

174] जेव्हा ऊर्जा मीटरची चकती कोणत्याही भाराला जोडल्याशिवाय फिरत असते तेव्हा त्रुटी म्हणतात.

अ] रेंगाळणारीत्रुटी

ब] फेज त्रुटी

C] घर्षण त्रुटी

डी] तापमान त्रुटी

175] AC सिंगल फेज एनर्जी मीटर्सच्या युनिटमध्ये ऊर्जा रेकॉर्ड करतात.

अ] किलोवॅटतास

ब] हजारो डिस्क रोटेशनची संख्या

C] व्होल्ट अँपिअर

D] किलो व्होल्ट अँपिअर

176] एक मेगर प्रतिकारशक्ती मोजतो...

अ] ओम

ब] शेकडो ओम

क] हजारो ओम

ड] लाखोओम

177] एक मेगर केवळ मोजण्यासाठी डिझाइन केलेले आहे..

अ] खूपउच्चप्रतिकार

ब] खूप कमी प्रतिकार

C] पॉवर लाईन्समधील ग्राउंड फॉल्ट्स

डी] डीसी मोटर्सवर जास्त भार

178] पाईप अर्थिंगसाठी स्टील पाईपच्या गॅल्वनाइज्ड लोखंडाचा किमान अंतर्गत व्यास आवश्यक आहे ...

अ] <u>12.5 मिमी</u>

ब] 16 मिमी

क] 3.5 मिमी

ड] 4 मी

179] पृथ्वीचा वाहक जमिनीवर जाण्यासाठी मार्ग प्रदान करतो..

अ] <u>गळतीकरंट</u>

ब] प्रवाहापेक्षा जास्त

C] उच्च व्होल्टेज

डी] सर्किट करंट

180] सर्किट कॉपर कंडक्टरचा आकार 10 sq-mm असेल तर GI] वायर मधील पृथ्वी कंडक्टरचा आकार ...

अ] 1.5 चौ.मी

ब] 2.5 चौ.मी

C <u>] 5 चौ.मि.मी</u>

ड] 10 चौ.मी

181] एक कॅलरी म्हणजे,,,

अ] 4187 जूल

ब] 418.7 जूल

C] 41.87 ज्युल्स

ड] <u>4.187 जूल</u>

182] बेअर हीटिंग एलिमेंटसह इलेक्ट्रिकल स्टोव्हची ऑपरेटिंग तापमान श्रेणी आहे...

A] 300◦ ते 400◦C

ब] 500◦ ते 600◦C

C] <u>550◦ ते 900◦C</u>

ड] 1100◦ ते 1300◦C

183] कोणते उपकरण विद्‌युत प्रवाहाच्या गरम प्रभावावर कार्य करते?

अ] प्रदीप्त दिवा

ब] द्विधातु थर्मोस्टॅट

C] HRC फ्यूज

ड] <u>टोस्टर</u>

184] 1000 वॅट, 230V हीटर 500◦C वर गरम करण्यासाठी निक्रोम वायरचा आकार किती आहे?

अ] 18 SWG

ब] 20SWG

C] 24 SWG

D] 25 SWG

185] हीटर बेससाठी वापरलेली उष्णतारोधक सामग्री आहे...

अ] अभ्रक

ब] पोर्सिलेन

क] एस्बेस्टोस

ड] काचेचे लोकर

186].स्वयंचलित विद्युत लोहाचा तापमान नियंत्रित करणारा घटक आहे...

अ] गरम करणारे घटक

ब] थर्मोस्टॅट

क] एकमेव प्लेट

ड] प्रेशर प्लेट

187].ब्रेड टोस्टिंग झोनचे तापमान सुमारे...

A] 400◦C

ब] 800◦C

C] 260◦C

ड] 975◦C

188] जर वळण मिक्सर मोटरच्या मेटल केसशी विद्युत संपर्क साधत असेल तर वळण...

अ] ग्राउंडकेलेले

ब] ओपन सर्किट केलेले

सी] शॉर्ट सर्किट झाले

ड] सैल जोडलेले

189] जर रोटरचा शेवटचा शाफ्ट निळा झाला तर ते त्याचे संकेत आहे ...

अ] स्कोअरिंग

ब] जास्तगरमहोणे

क] अतिशीत

ड] burring

190] फूड मिक्सरमध्ये कोणत्या प्रकारची मोटर वापरली जाते?

अ] डीसी शंट मोटर

ब] युनिव्हर्सलमोटर

C] कॅपेसिटर स्टार्ट मोटर

D] कॅपेसिटर मोटर सुरू आणि चालवा

191] बहुतेक मिक्सरमध्ये मोटर कोणत्या स्थितीत बसविली जाते?

अ] उभा

ब] आडवा

क] कललेला

ड] समांतर

www.ingramcontent.com/pod-product-compliance
Ingram Content Group UK Ltd.
Pitfield, Milton Keynes, MK11 3LW, UK
UKHW021921190726
13853UKWH00002B/783

9 798888 69816